Makulay na Bahaghari ni Bholu

Translated to Filipino from the English version of
Bholu's Colourful Rainbow

Geeta Rastogi 'Geetanjali'

Ukiyoto Publishing

All global publishing rights are held by

Ukiyoto Publishing

Published in 2024

Content Copyright © Geeta Rastogi 'Geetanjali'

ISBN 9789362698964

All rights reserved.

No part of this publication may be reproduced, transmitted, or stored in a retrieval system, in any form by any means, electronic, mechanical, photocopying, recording or otherwise, without the prior permission of the publisher.

The moral rights of the author have been asserted.

This is a work of fiction. Names, characters, businesses, places, events, locales, and incidents are either the products of the author's imagination or used in a fictitious manner. Any resemblance to actual persons, living or dead, or actual events is purely coincidental.

This book is sold subject to the condition that it shall not by way of trade or otherwise, be lent, resold, hired out or otherwise circulated, without the publisher's prior consent, in any form of binding or cover other than that in which it is published.

www.ukiyoto.com

Paglalaan

Ang aklat na ito ay nakatuon sa
Panginoong GANESHA bilang Diyos ng
pagsisimula
at
Maa SARASWATI ang Diyosa ng edukasyon.

Paunang Salita

Lahat tayo ay ginawa sa workshop ng kalikasan, tulad natin. Paano nabubuo ang ating personalidad at saan To tell the truth, kumpleto na ang proseso. Ang prosesong ito ay nagsisimula sa workshop ng Diyos. Sa prosesong ito, malaki ang papel na ginagampanan ng ating mga magulang, guro, at edukasyon. Ang ating pananaw ay hinuhubog din ng lahat ng mga ito. Totoo rin ito para sa akin. Ang aking personalidad at pananaw ay naimpluwensyahan sa ilang paraan ng aking mga magulang, guro, kaibigan, at mga aklat na nabasa ko nang may malaking interes. Upang ilarawan ang buong proseso ng pag unlad ng personalidad nang detalyado, hindi ito posible para sa akin sa pamamagitan ng anumang iba pang pamamaraan. Kaugnay nito, nais kong ibahagi sa inyo ang isang kuwento na nabasa ko sa isang libro, marahil sa isang magasin na tinatawag na "Akhanda Jyoti." Malaki ang naging epekto sa akin ng kuwentong ito, kaya ibinabahagi ko ito sa inyo. Noong unang panahon, sa isang lungsod, may isang mayamang mangangalakal. Napakalaki ng kayamanan niya. Isang araw, nadama niyang nabigyang-inspirasyon siya ng Diyos na magtayo ng templo sa lungsod. At kaya, nagsimula siyang maghanap ng isang bihasang iskultor. Sabi nga nila, "Kung saan may kalooban, may paraan." Matapos ang ilang pagsisikap, nakahanap siya ng isang bihasang iskultor. Ngayon, ang iskultor ay binigyan ng gawain upang lumikha ng isang kahanga hangang diyus diyusan ng Diyos, na kung saan ay upang i install sa templo. Kailangan ng iskultor ng isang espesyal na bato para sa gawaing ito. Sa kanyang paraan upang makahanap ng isa, siya ay dumating sa pamamagitan ng isang malaking bato. Tinanong niya ang bato kung pumayag itong hiwain at ukit sa anyo ng Diyos. Natakot ang bato, at sinabing, "Bakit ako dadaan sa napakaraming paghihirap nang walang nakikitang pakinabang? Ano ang makukuha ko sa pagiging diyus-diyusan ng Diyos? Kuntento na ako dito kung ano ako. Maghanap ka ng ibang bato." Nagpatuloy ang iskultor, naghahanap ng ibang bato. Makalipas ang ilang panahon, nakakita ang iskultor ng isa pang bato. Ganoon din ang tanong niya, at ang batong ito ay masayang sumang ayon na lilokin sa anyo ng Diyos. Napasaya ang bato na nagkaroon ito ng pagkakataong maglingkod bilang diyus diyusan ng Diyos.

Gayunman, pinaalalahanan ng iskultor ang bato na kailangan itong dumaan sa masakit at mahigpit na proseso. Ang bato ay nanatiling matatag sa desisyon nito at nagbigay ng pahintulot nito. Dinala ng iskultor ang bato sa kanyang pagawaan at sinimulan ang mahirap na gawain ng pagkitil at pag ukit ng diyus-diyusan. Ginawa niya ito nang may lubos na dedikasyon at katapatan. Ilang araw na lang, handa na ang diyus diyosan. Ngayon, kinailangan ng mangangalakal na ayusin ang paglalaan ng diyus diyusan sa templo, at isang pari ang tinawag upang isagawa ang mga ritwal. Ngayon, kinailangan ng mangangalakal na itatag ang diyus diyusan ng Diyos sa templo. Dahil dito, isang pari ang tinawag at isang petsa ang naayos. Nang ang diyus diyusan ng Diyos ay inilalagay sa templo, biglang naalala ng pari na kailangan ng isa pang bato. Ipinaalam niya ito sa mangangalakal, at agad na nagpadala ang mangangalakal ng isang alipin upang kunin ang bato. Natagpuan ng alipin ang batong iyon na tumanggi sa panukala na maging diyus diyusan ng Diyos ng iskultor. Hindi nagtanong ang alipin at dinala ang bato sa templo, iniabot ito sa pari. Ang bato ay inilagay mismo sa ilalim ng diyus diyusan ng Diyos sa templo, upang ang mga niyog na inihandog bilang prasad (handog) ay maaaring mabali dito. Nang makumpleto na ang paglalaan ng diyus diyusan ng Diyos, umalis na ang lahat. Nag iisa sa batong naging diyus diyusan ng Diyos, nagsalita ang bato, "Anong swerte ang natagpuan mo Ikaw ay naging Diyos. Ang mga tao ay lumalapit at yumuyuko sa harap mo. Sinasamba ka nila tulad ng Diyos. Ako naman, araw at gabi ay tinitiis ko ang mga suntok ng martilyo. Anong kawalang-katarungan ito sa mundo ng Diyos? At least hustisya ang dapat mangibabaw dito."

Pagkatapos, ang batong naging diyus diyusan ng Diyos ay nagsabi sa kabilang bato, "Marahil nakalimutan mo na ang aking anyo ay minsan ding katulad ng sa iyo. Matapos tiisin ang hindi mabilang na pagkikiskisan at paghagupit sa loob ng maraming araw, narating ko ang puntong ito. Maaari ka ring magkaroon ng pagkakataong ito, ngunit tumanggi kang dumaan sa masakit na proseso sa araw na iyon. Kaya naman natagpuan mo ang lugar na ito ngayon, kung saan kailangan mong sumailalim sa isang masakit na proseso araw araw."

Ang konklusyon ng kuwento ay kung tatanggapin natin, bilang mga tao, na itayo sa workshop ng Diyos para sa ating buong buhay, kailangan nating dumaan sa isang masakit na proseso na tumatagal ng ilang panahon. Sa kabilang banda, kung ginagawa natin ang mga bagay sa sarili nating paraan, na iniiwasan ang mga paghihirap sa pagsunod sa mga patakaran, kailangan nating tiisin ang paghihirap sa buong buhay natin.

Mga mahal kong mambabasa at kaibigan, doon nagtatapos ang kwentong ito. Noon pa man ay natutuwa akong magbasa ng mga kwento. Marami na akong nabasang kwento simula pagkabata. May espesyal na arrangement din ang school namin sa pagbabasa ng libro. Dati rati ay marami kaming nababasa na kwento sa library din. Para dito, isang araw bawat linggo ang napagpasyahan para sa bawat klase. Bukod dito, binigyan ang mga bata ng mga libro na iuwi sa loob ng isang linggo. Hindi lang iyon, naglaan din ng mga libro bilang gantimpala sa mga batang mambabasa. Ganito lumaki ang hilig ko sa pagbabasa ng mga kwento. At bunga ng libangan kong ito, isang storyteller ang isinilang sa loob ko sa paglipas ng panahon. Ngayon, puno ako ng malaking kagalakan habang inilalahad ko ang aking unang koleksyon ng kuwento, lalo na para sa mga bata, sa aking mga mambabasa. Bukod pa rito, kahit ang mga elder ay hindi mawawalan ng kasiyahan sa nilalaman nito. Ang story collection na ito ay ang pinakasukdulan ng mga pagpapala ng aking mga magulang, ang suporta ng aking mga kamag anak, at ang biyaya ng Diyos. Sana ay matanggap ko ang inyong buong pagmamahal sa pamamagitan ng aklat na ito.

- Geeta Rastogi 'Geetanjali'

C-26, Railway Road

Modinagar 201204

Distrito : Ghaziabad

(U.P.) India

Mob : 8279798054

Email : geetarastogi26@gmail.com

Mga Nilalaman

Ang Kubo ng Ina	1
Ang Landas ng Katapatan	4
Niranjana	7
kaibig ibig na gracie	10
Ang Lihim ng Tagumpay	15
Ang Mga Tala sa Melodious	20
Si Lola at si Amisha	24
Ang Isolated Shower	28
Ang Matapang na Babae	33
Ang Fairyland	38
Ang Golden Swan	43
Kwento ng cradle	49
Ang Imbensyon ni Veeru	52
Ang Araw ng Kampeon	58
makulay na bahaghari ni bhohu	63
Shivalik	82
Tungkol sa May-akda	96

Ang Kubo ng Ina

Sa isang barangay, may nakatira na matandang babae na nagngangalang Sheetala. Napakalaki ng bahay niya sa nayon na iyon, at nag-iisa siyang nakatira roon. Kahit na ang Sheetala ay nagkaroon ng maraming mga anak, ngunit mayroon silang kanilang mga negosyo sa iba't ibang mga lungsod ng bansa at kahit na sa ibang bansa. Ito ang dahilan kung bakit hindi nila siya makasama sa barangay for ever . Wala sa kanyang mga anak na lalaki o babae ang makakasama ang kanilang ina magpakailanman sa nayon. Si Sheetala ay isang ginang na may mahusay na kalusugan. Ito ay bunga ng kanyang pangkalahatang regular na pang araw araw na gawain ng lahat kasama ang pagmumuni muni. Hindi siya nagkulang sa pera. Limitado rin ang kanyang pangangailangan. Samakatuwid ang kabuhayan ay hindi naging problema sa kanya. Ang kanyang bahay ay may maluwang na patyo at hardin. Sa kanyang hardin, maraming puno - mangga, Indian blackberry, neem at puno ng niyog. Bukod dito, ang kanyang hardin ay may mapait na gourd at bean vines. Nagtanim din siya ng kamatis, berdeng sili, talong, kalendula, patatas, at coriander. Kasama ng mga ito, siya ay lumago marigolds, rosas, sunflowers, at perennials, na kung saan ay nagdagdag sa kagandahan ng kanyang hardin. Ang matandang si Sheetala ay masigasig na nagtrabaho sa kanyang hardin at inalagaan ang kanyang mga puno at halaman. Napaka consistent ng kanyang daily routine. Gumigising siya bago mag-umaga, magwalis ng buong bahay, mag-aasikaso sa kanyang mga gawaing-bahay, at pagkatapos ay gagamitin sa pagsamba sa Diyos. Pagkatapos, siya ay magsindi ng kalan upang maghanda ng pagkain para sa kanyang sarili.

Si Sheetala ay nagpatakbo ng isang industriya ng handloom cottage kung saan ang ilang mga kababaihan mula sa kapitbahayan ay nagtrabaho rin kasama niya. Gumawa sila ng mga basket, bouqet, banig, at iba't ibang iba pang mga bagay. Ang pagpunta sa palengke at pagbebenta ng mga ito ay isang mahirap na gawain, ngunit ang mga tagaroon ay pumupunta sa kanyang bahay upang bilhin ang mga ito. Sa gabi, maglalaan siya ng oras sa kanyang hardin. Mahilig siyang makasama ang kanyang mga halaman. Gagawa siya ng mga bagong kaayusan at magtatanim ng mga bagong saplings doon. Ang pangangalaga sa mga halaman, pagdidilig, pagdaragdag ng mga pataba at regular na pagdamo ay nakakuha ng malaking bahagi ng kanyang panahon. Araw araw, marami siyang gulay at bulaklak mula sa kanyang hardin, at pagkatapos ay napilitan siyang mag isip, kung paano gamitin ang mga ito. Kung ayaw niyang ibenta ang mga ito, ibibigay niya ang lahat ng ito nang libre sa mga babaeng nagtatrabaho sa kanyang kubo . Kung may isang tao sa kapitbahayan na naubusan ng gulay, pupunta sila sa Sheetala Mata para humingi ng tulong. Hindi siya nag-aalinlangan na ibahagi ang kanyang mga nagawa. Sa panahon ng jamun (Indian blackberry), ang mga sanga ng mga puno ng jamun ay karga ng prutas. Siya mismo ang pipili kay jamun at ibinabahagi rin niya ang mga ito sa lahat. Siya rin ay magpapatuyo at maggiling ng mga buto ng jamun upang gumawa ng isang gamot na lubhang kapaki pakinabang para sa paggamot ngmga diabet es. Sa parehong paraan, gumawa siya ng mga gamot mula sa mga dahon ng neem, bark, at buto. Minsan ay ibinigay niya ang kanyang homemade medicine sa isang kaibigang kapitbahay, at naging kapaki-pakinabang ito. Dahan dahan, si Sheetala Mata ay naging tanyag bilang "Remedial Mother" at ang mga tao mula sa malayo at malawak ay nagsimulang lumapit sa kanya para sa mga gamot.

Habang may pakpak ang panahon, napakaraming taon ang lumipas. Lumaki si Sheetala Mata. Isang araw, isa sa kanyang mga anak na lalaki, kasama ang kanyang pamilya ang bumisita sa bahay. Tuwang tuwa siya nang makitang magkasama ang kanyang anak, manugang, apo, at apo sa kanyang lugar . Ito ay isang kaaya aya sorpresa para sa kanya . Gayunman, nalungkot ang kanyang anak nang makita ang katandaan at kalungkutan ng kanyang ina. Pakiramdam niya ay hindi na dapat mag isa ang babae sa buhay. Napakaganda kung sa pagkakataong ito ay makakasama rin niya sila sa ibang bansa at manatili roon magpakailanman . Malaking kasiyahan ang magkaroon ng kumpletong pamilya at walang makakaramdam ng kalungkutan.Ipinahayag ni He ang kanyang saloobin sa kanyang ina, "Ina, ikaw din ay dapat samahan kami sa pagkakataong ito. Masisiyahan ka sa piling namin, sa sarili mong mga anak . Ito rin ang magpapasaya sa amin at maaalagaan ka rin namin."

Lubos na natuwa ang kanyang ina nang malaman na nag aalala ang kanyang anak sa kanya at gusto niya ang kanyang permanenteng presensya sa kanyang lugar. Kahit noon, dahil sa kanyang malaking pagkakapit sa kanyang lugar , sa kanyang bahay, at sa kanyang hardin; Hindi niya matanggap ang panukalang ito na umalis sa barangay at gawing permanenteng tahanan sa ibang bansa. Ang kanyang kasalukuyang tahanan ay nagbigay sa kanya ng pakiramdam ng paraiso. Kaya mas pinili niyang manatiling tapat sa dati niyang gawain at pamumuhay. Kaya, walang nagawa ang kanyang anak kundi bumalik sa kanyang pamilya sa ibang bansa. Nagpatuloy si Sheetala Mata sa kanyang karaniwang pang araw araw na gawain, kuntento sa kanyang sariling lugar, sa kanyang nayon, sa kanyang tahanan at sa kanyang hardin at sa luntiang kalikasan.

Ang Landas ng Katapatan

Si Pragati ay isang matalinong babae. Nag-aral siya sa ikawalong baitang. Siya ay mapagpakumbaba sa kalikasan at matalas ang isip. Kabilang siya sa mga nangungunang matatalinong bata sa kanyang klase. Sa sports, hindi siya nahuhuli. Kung tungkol sa pagtugtog ng kuliglig sa lugar o sa pagsali sa mga sports event sa paaralan; lagi siyang aktibong kalahok . Lagi siyang pinupuri ng  kanyang pamilya, kapitbahay, at mga kamag anak. Dahil mabait siya, sinubukan siyang samantalahin ng mga bata sa klase niya. Maging ito man ay mga pagsusulit sa klase o pagsusulit, ang mga bata sa paligid niya ay laging nagsisikap na sumilip sa kanyang kopya at hinihiling sa kanya na tulungan sila sa isang hindi makatarungang paraan . Dahil kinakailangang sundin ang mga patakaran sa pagsusuri, sinikap ng mga invigilator na mapanatili ang mahigpit na disiplina sa mga examination hall. Sisimulan pa rin ng mga estudyante ang pag uusap sa isa't isa kapag wala na sa paningin ang mga guro. Ang hindi kinakailangang pag uusap ay laging ipinagbabawal sa panahon ng mga pagsusulit. Ayon sa sistema ng pagsusulit, ito ay karaniwang itinuturing na gumagamit ng hindi makatarungang paraan. Gayunpaman, hindi alam ng bawat mag aaral ang kahalagahan ng mga patakaran at hindi ito mahigpit na sinusunod. Nakaugalian ni Pragati na ihanda nang maayos ang kanyang buong syllabus para sa pagsusulit at hindi kailanman humingi ng anumang hindi naaangkop na tulong. Hindi siya nagustuhan ng ibang bata sa tapat na diskarte na ito. Sinubukan nilang makipag usap sa pamamagitan ng mga kilos at kung minsan ay nagdadala pa sila ng mga kinopya na materyal mula sa bahay. May lumilipad na iskwater na biglang lilitaw at hahabulin ang mga nangongopya ng mga sagot at nagtatangkang mandaya. Minsan ay patuloy ang history exam. Sa araw na iyon, ang klase ni Pragati ay pinangangasiwaan ni Madam Sanskriti. Nagpaalam na siya nang magsimula na ang eksaminasyon na ang bawat estudyante ay dapat na bahala sa mga patakaran ng paaralan at pati na rin sa mga patakaran sa pagsusulit. Kung may makikitang estudyante na may anumang uri ng pandaraya , sila ay mapaparusahan. Kung nagkamali sila ng dala, dapat nilang ibigay ito sa invigilator o tahimik na itapon sa basurahan. Nagsimula ang pagsusulit at naging abala ang lahat upang matapos ang kanilang mga papeles sa tamang oras . Ang mga hindi handa ay naghahanap dito at doon at sinubukang subukan ang mga bagong trick kung maaari. At pagkaraan ng ilang sandali, lumitaw ang lumilipad na iskwad. Tinignan nila ang bulsa ng mga estudyante at ang kanilang geometry cases. Ang ilang mga estudyante ay lubhang kinakabahan at nagdarasal sa Diyos, O Diyos, "Iligtas mo ako ngayon. Lagi akong darating na handa sa hinaharap."

Pagkalabas ng flying squad sa kwarto, kumportable na si everone. Inutusan ng guro ang mga examinees na tapusin ang kanilang trabaho sa tamang oras dahil hindi sila bibigyan ng dagdag na oras. Patuloy na umiikot ang guro sa loob ng silid aralan. Habang papalapit siya kay Pragati. Tumayo siya at sinabi sa guro na gusto niya itong kausapin. May dala siyang ilang nakasulat na sagot sa maliliit na papel na hindi makuha ng mga mata ng alinman sa mga guro. Kahit noon ay ipinasa niya ang lahat ng bagay na iyon kay teacher Sanskriti at hiniling na patawarin siya. Nangako siyang hindi na mauulit ang pagkakamali sa hinaharap.

Medyo namangha ang guro. Hindi siya makapaniwala sa kanyang mga mata sa nangyaring hindi makapaniwala. Nasaktan din siya sa maling ginawa ng isa sa matatalino at matatalinong estudyante niya. Nakakagulat lang ang nangyari sa kanya. Kahit noon ay pinayagan niya itong umupo sa kanyang lugar at kumpletuhin ang kanyang exam paper.

 Nang matapos ang exam, tinawagan niya si Pragati sa staff room at tinanong kung bakit hindi maganda ang ginawa niya . Bakit siya gumawa ng isang aksyon na kahit ang mga hangal ay hindi inaasahan na gawin. Nahihiya na si Pragati dito. Humingi siya ng paumanhin sa pagkakamali niyang ginawa at nangako na hindi na niya ito uulitin pa sa hinaharap.

"Bakit mo ginawa ito, Pragati? Hindi ko man lang akalain na kaya mo iyon " Ang guro Sanskriti nagtanong .

Hindi gaanong makapagsalita ang kawawang kagawad.

Nang siya ay napilitang magsalita, doon lamang niya sinabi na dahil sa kanyang karamdaman, nakaramdam siya ng kaba at nawalan siya ng tiwala sa sarili . Naisip niya na hindi siya makakalusot sa kanyang mga pagsusulit at lalaitin siya sa klase at tahanan .

"Oh, mahal ko! Okay lang ba ang pakiramdam mo, ngayon lang "

"Oo nga po Madam."

"Medyo matalino ka at matalino ka rin. Hindi mo siguro nawala ang tiwala mo sa sarili mo . Kahit ganoon ay napapahanga ako sa iyong tapat na pag uugali. Kung lagi mong susundin ang landas ng katapatan sa buhay, lagi kang babangon at magpapakita ng mahusay na resulta sa bawat pagsusuri sa iyong buhay. Tulad ng buhay ay tulad ng isang laro . Hindi naman masyadong malaki ang ibig sabihin ng panalo at talo. Ang mas mahalaga kaysa sa anumang bagay ay ang pag aalaga sa mga halaga at laging sikaping sundin ang tamang landas. Mabait ka na babae. Nais ko ang iyong tagumpay at magandang kinabukasan."

Lahat tayo ay nasa isang sandali o ang iba pa sa sitwasyon, kung saan nakatayo si Pragati sa kuwento. Nalilito tayo minsan kung aling landas ang dapat nating lokohin dahil ang maling landas ay laging tila madali . Samakatuwid ang mas maraming pagkakataon ay pagpunta sa ganoong paraan. Kahit na pagkatapos ay dapat nating manatili sa landas ng katapatan tulad ng sa katagalan ang isang ito ay pagpunta sa magdala ng mas mahusay na mga resulta.

Niranjana

Nang mag alight si Niranjana at ang kapatid niyang si Nikhil mula sa school bus, pumasok sila sa gate ng school. Habang naglalakad sa mahahabang corridor ng school, pareho silang nagpunta sa klase ni Nikhil. Nang iwan siya sa klase, nagmadali siyang mag-isa. Pagdating doon, inilagay niya ang kanyang bag sa kanyang upuan at binati ang kanyang mga kaibigan na may pagmamahal na. Laging mas maaga ang dating ni Niranjana sa paaralan kaysa sa itinakdang oras dahil sinundo siya ng kanyang bus mula sa pinakamalapit na hintuan sa unang round. Ang mga batang dumating sa ikalawang round ay karaniwang makakarating sa paaralan nang mas maaga kaysa sa una. Bago ang panalangin sa umaga, nakipag-usap siya sa kanyang mga kaibigan at pagkatapos ay lumapit sa guro para itanong kung may mga tungkuling dapat niyang gampanan. Si Shalini ang pinakamamahal at pinakamalapit niyang kaibigan. Kukunin niya ang upuan para sa kanya at tutulungan siya sa bawat gawain. Ngayon din, lumabas siya kasama si Shalini para hanapin ang gurong nangangasiwa sa prayer assembly.

"Tingnan mo, Shalini! Darating na ang Pragya Madam natin. Tara na at tanungin natin siya kung ibinibigay niya sa amin ang attendance register ng klase namin. Parang overloaded na siya sa napakaraming bagay na hawak hawak sa kamay niya."

"Halika, sige na at kunin mo na," sabi nito, nagsimulang gumalaw ang dalawang magkaibigan sa direksyon na pinanggalingan ni Ma'am Pragya.

"Good morning, ma'am," magalang na bati nila sa kanya.

"Magandang umaga po, mga anak. Kumusta ka na " Ngumiti naman si Ma'am.

"Ma'am, salamat sa mga blessings mo, maayos na kami."

"Ma'am, If you don't mind, pwede ba nating dalhin ang class attendance register sa klase ? Ma'am please po. Ibigay mo na sa amin. Itatago natin ito sa klase. Please, ma'am," request nila sa kanya at hinintay ang reply nito.

Ngumiti si Ma'am at walang pagkaantala ay ibinigay ang rehistro kay Shalini. Nadama ng mga batang babae na hinangaan at kasiya-siyang lumapit sa kanilang silid-aralan.

Ngayon, parehong naghihintay ang magkaibigan sa pagpasok ng kanilang respetadong classteacher sa klase. Pagdating ni Ma'am, tumayo ang lahat ng bata at binati siya. Binasbasan sila ni Ma'am at pinaupo. Sa puntong iyon, tinawag ni Ma'am sina Shalini at Niranjana sa kanya para magbigay ng ilang direksyon. Biglang tumunog ang kampana. Ngayon ay oras na ng panalangin. Lahat ng estudyante ay pumila para sumama sa prayer assembly.

Nauna na sa prayer hall sina Shalini at Niranjana bago ang iba. Doon, nakita nila si Sunila ma'am, na siyang nangasiwa sa mga programang pambata. May ilan pang mga bata na naroon din doon. Kinakausap nila siya regarding doon performance sa araw na iyon. Nang mapansin ng guro ang mga batang babae na nakatayo roon, ginabayan niya sila tungkol dito.

"May gusto ka bang ilahad sa prayer assembly ngayon ?"

"Oo nga po ma'am. Magkukuwento ako," sagot ni Niranjana. Tila napakasaya niya sa sandaling iyon.

"At magbibigkas ako ng tula," sagot ni Shalini.

"Okay, I will note down ang mga pangalan ninyo. Naaalala mo ba ang lahat? Parinig mo na lang ako minsan," hiling ni Sunila ma'am.

Parehong ang mga batang babae ay medyo aktibo at matalino. Maganda ang pagtanggap sa kanilang mga presentasyon. Ibinahagi ni

Niranjana ang kuwento ng kanyang lola kagabi. Ito ay isang rehearsal lamang para sa aktwal na pagtatanghal.

Lahat ng bata ay nagtipon na sa auditorium sa ngayon. Tulad ng dati, isang kolektibong panalangin ang naganap. Sa mga instrumentong pangmusika na sumasabay sa matatamis na himig ng panalangin, parang nanunuot ang mga pisi ng mga puso. Pagkatapos ng panalangin, nagpresenta ang mga bata ng mga programang pangkultura. Ikinuwento ni Niranjana kung paanong ang isang magnanakaw, dahil sa kanyang ugali na magsabi ng totoo, ay naging ministro sa isang korte ng hari. Nagpalakpakan ang lahat ng mga bata at guro sa tunog ng pagpalakpak.

Ngayon, tuwang tuwa si Niranjana. Nagpasiya siyang mag-aral nang masigasig at gumawa ng isang bagay sa kanyang buhay. Hindi niya malilimutan na igalang ang kanyang mga matatanda.

Sa hapon, nang matapos ang klase, sumakay ang lahat sa school bus at dumating sa kanilang stop. Sabik na naghihintay doon ang kanilang ina. Sa daan pauwi, isinasalaysay nina Nikhil at Niranjana ang lahat ng aktibidad sa paaralan sa kanilang ina, na nakikinig nang mabuti, na magkahawak kamay na naglalakad kasama ang mga bata patungo sa bahay.

kaibig ibig na gracie

Si Gracie ay isang kaibig ibig na batang walong taong gulang. Siya ay isang makulit na kapwa. Sa pag aaral sa ikaapat na klase, lumalaki rin siya. Tulad ng karamihan sa mga batang kaedad niya, wala siyang gaanong interes sa pag aaral at higit pa sa mga laruan at playthings. Mahilig din siyang gumala dito at doon at nag aaksaya ng oras sa paggawa ng mga kalokohan.

May kaibigan siyang si Siddhi, na nasa parehong klase. Ang mga tahanan ng mga batang ito ay hindi malayo sa isa't isa. Gusto ni Gracie na makipaglaro kay Siddhi buong araw. Pero hindi ito pinayagan ni Siddhi nang walang pahintulot ng kanyang nanay. Ang kondisyon ay kailangan muna niyang tapusin ang kanyang homework. Ganoon din ang sitwasyon sa paaralan. Mas binigyang pansin ni Siddhi ang pag aaral habang si Gracie naman ay laging naghahanap ng makakalaro. Kapag wala siyang makita, nilalaro niya ang kanyang erasor o ang timbangan. Minsan ay pinagsasabihan din siya ng kanyang mga guro. Ano ang maaaring madama ng kawawang tagalikha na ito, medyo mahirap ilarawan sa mga salita.

Sa bahay din, medyo madalas ay kailangan niyang maglaro nang mag isa. Kapag naiinip siya ng matagal, kakatok siya sa pinto ng bahay ni Siddhi, na katabi lang.

"Siddhi, Siddhi, lumabas ka na. Maglalaro tayo ng magkasama."

"Hindi, marami pa akong homework na gagawin."

"Ako rin ay may homework na gagawin. Pagkatapos, ano? Hindi ba dapat maglaro tayo Hindi ko gustong mag aral palagi . Gusto mo ba "

"Kahit ayaw ko, alam ko na kailangan ko munang gawin. Sabi sa akin ni mama : Mag aral ka muna, maglaro ka pagkatapos."

"Oh! Walang Siddhi . Hindi ka pwedeng tumanggi ng ganito. Paano mo gagawin iyon. Hindi ba't kaibigan ko kayo? Sige na nga. Maglaro muna tayo. Panatilihin ang mga gawaing bahay sa isang tabi. Gawin mo na lang mamaya. Marami din akong homework. Still, wala akong pakialam. Mamaya ko na lang gagawin."

"Hindi, hindi. Hindi naman po makatarungan. Mamaya mo na gawin. Ikaw ngayon ay bumalik sa bahay at maglaro doon. Paki excuse na lang po. Kung ayaw kong maparusahan sa school."

Nang marinig ito, nalungkot si Gracie. Pero wala siyang choice. Tinahak niya ang landas patungo sa kanyang tahanan. Nang matapos ni Siddhi ang kanyang homework, pumunta siya sa bahay ni Riddhi, na malapit din. Dala dala ni Siddhi ang kanyang magandang manika kasama niya at ilang iba pang laruan din. May patyo si Riddhi sa kanyang bahay. Naglaro sila roon nang matagal at pagkatapos ay nagtungo patungo sa hardin at naglaro sa lilim ng mga puno. Sina Riddhi at Siddhi ay natutuwa sa paglalaro ng bahay. Gumawa sila ng mga kaldero ng luwad at nilalaro ang mga ito. Pagkatapos araw na ginawa ng isang maling kusina at lutong pagkain. Pagkatapos mag acting tulad ng sa mommy nila, kapag napapagod na sila, habang nagbabalak silang mag pack up ng laro, dumating si Gracie para sumama sa kanila. Gusto niyang makipaglaro sa kanila. Pagkatapos ay nagplano ang tatlo na magsimula ng bagong laro na School Game. Pagkatapos ay si Siddhi ang nagsilbing guro, at ang natitira ay kailangang maging mga estudyante. Naglaro sila at nag enjoy ng husto.

Dinala ni Siddhi ang kanyang magaspang na notebook at isinulat ang mga pangalan ng mga estudyanteng gumaganap. Nagkaroon ng tamang attendance at pagkatapos ay nagpatuloy ang mga karaniwang pag aaral. Una ay ang klase sa Matematika at pagkatapos ay ang Hindi. Matapos makumpleto ng mga estudyante ang pagsusulat doon, ginawa ng gurong si Siddhi ang pagwawasto at ibinigay sa kanila ang mga notebook. Nag enjoy ng husto ang mga bata. Malapit nang lumubog ang araw at tinawag sila ng kanilang ina pabalik sa kanilang mga tahanan. Napilitang bumalik ang mga bata.

Ang mga bata ay may sariling mundo. Sila ay mga kaibig ibig na nilalang. Iba iba ang klase ng saya nila at gusto nilang manatili doon magpakailanman. Ang gayong mga tao ay sina Gracie, Siddhi at Riddhi.

Sa bahay, walang kalaro si Gracie. Dati ay nag iisa lang siyang naglalaro. Hindi naman talaga siya gustong laruin ng ate niya. Kapag iginiit niyang laruin siya, sisimulan na siyang turuan nito. Dahil dito ay labis na naiinip si Gracie.

Kinailangan ng ama ni Gracie na magtrabaho sa isang opisina, na napakalayo sa lungsod . Kailangan niyang manatili doon at dati ay tuwing weekends lang siya umuuwi. Ang kanyang ina na nagtatrabaho ring babae . Lumalabas din siya para magtrabaho araw-araw. Pag uwi niya, abala siya sa mga gawaing bahay. Ipipilit ni Gracie na magkwento siya sa kanya at madalas siyang magdahilan para maiwasan ito. Magagalit ng husto si Gracie dahil sa lahat ng ito. Minsan magagalit siya, hindi siya magsasalita ng kahit sino. Pero hindi niya maipakita ang galit sa loob ng mahabang panahon. Tapos masaya silang lahat at ang mga pagsabog ng tawa. Tinulungan ng kapatid ni Gracie ang kanyang nanay sa trabaho . Pagkatapos ay nag enjoy sila sa panonood ng ilang cartoon film o anumang kawili wili sa TV.

Si Gracie ay isang foodie din. Mahilig siyang kumain ng iba't ibang masasarap na putahe. Nakaramdam siya ng gutom matapos ang maikling panahon. Karaniwan itong nangyari pagkatapos ng maikling agwat ng oras at napilitang pumunta sa kusina upang maghanap ng makakain. Kakainin niya ang lahat ng chocolates na itinatago sa ref. Kapag parehong chocolates at prutas ang itinatago, hindi man lang siya tumitingin sa mga prutas. Minsan ay ganoon din ang nangyari. Parang gusto ni Gracie na kumain ng kung anu ano.

"Ano ang makakain at sino ang tatanungin? Bilang may sakit ang ina, kailangan kong pamahalaan ang mga bagay sa sarili ko. Sige na Gracie." Ang naisip niya. "Kailangan kong makahanap ng isang bagay na tiyak sa kusina." Sa pag iisip nito, binuksan niya ang refrigerator.

"Oh hindi! Walang laman ang ref. Paano ito magiging possible " Nagulat at nalungkot din siya. Ngayon ay hindi siya sumuko at patuloy na naghanap sa bawat istante at lalagyan. At hindi naging walang kabuluhan ang kanyang mga pagsisikap. May isang bagay. "May nakuha ba akong sulit na pagkain ?" Binuksan niya ang isang lalagyan at may natikman siyang parang asin.

"Oh oo nga . Ito ang pinakamasarap ." Ito ay isang lalagyan na puno ng glucose. Umupo siya kasama ang lalagyan at kutsara at nag enjoy kumain ng marami .

Ngayon ay naging daily routine na ang pagpapakain sa sarili ng glucose habang ang mommy niya ay nag iimbak ng maraming glucose sa stock. Sa loob ng ilang araw, unti unting naubos ang stock. Tapos nagkakagulo ang kawawang si Gracie. Tuwing nakakaramdam siya ng gutom, wala siyang makitang makakain. Paulit ulit siyang pumupunta sa kusina at hinahanap ang lahat ng kahon. Ngunit wala nang mahanap pa.

Maraming bagay ang dapat itago sa kusina dahil napakahirap para sa isang nagtatrabahong ina na tumakbo sa palengke sa bawat sandali.

Isang araw, kailangan din ng kanyang ina ng ilang glucose water. Pinadala niya ito sa anak niyang si Gracie. Ngunit tumanggi siya . Nang siya mismo ay pumunta sa kusina at sinubukang hanapin ang mga lalagyan ng glucose, wala siyang makitang kahit isang butil.

"Gracie, Gracie, halika dito! Maraming nakaimbak na glucose dito. Nasaan na ngayon "

"Kinain ko na po lahat, Ma. Gutom na gutom na ako."

"Okay. Pero may natira siguro. Hanapin mo at magdala ka rin ng konti para sa akin."

"Hindi po, Ma. Wala na namang natira. Naghanap na ako ng mabuti sa lahat ng dako."

"Anak, medyo malaki ang stock. Anim na lalagyan, isang kilo bawat isa. Paano ka nakakakain ng maraming glucose "

Pagkatapos ay si Gracie ay si Nanay. Ibinaba lang niya ang ulo. Napatingin si mama sa anak na nakatayo rin sa malapit. Nakangiti na siya. Nag evarate ang galit ni mama, at hindi siya nasigawan pero natawa siya sa inosenteng mukha nito.

"Tinapay at mantikilya ba iyon? Sino ang kumakain ng glucose sa ganoong kalaking dami? At nang matapos ito, bakit hindi mo sinabi sa akin ? Ngayon naiintindihan ko na ang nangyari sa iyo. Bakit ka lumalaki taba mga araw na ito. Dapat kumain ka ng prutas."

"Ma, hindi ka nagbunga. Ano po kaya ang magagawa ko Gutom na gutom talaga ako. Sinasabi mo sa akin kung ano ang dapat kong kainin "

"Ah, pwede ka na lang mag palengke at ikaw mismo ang kumuha ng prutas, di ba " Tapos niyakap niya ang anak niya ng may pagmamahal at sinabihan," Halika kasama ko. Pupunta kami sa merkado at bumili ng ilang mga mahahalagang bagay . Matututo ka rin kung paano mamili para mapangalagaan mo ang iyong ina kapag may sakit ito at hindi ka mismo magugutom."

Pagkatapos ay nagpunta silang tatlo sa palengke at maraming namili. Dala nila ang mga mahahalagang gamit sa kusina, ang bigas, ang mga pulso at ang asukal. Pagkatapos ay bumili sila ng ilang mga tsokolate at ice cream at prutas. Masayang umuwi sila. Ngayon ay masayang masaya na si Gracie.

Ang Lihim ng Tagumpay

Patuloy na dumadausdos ang kanyang mga daliri sa mobile screen. Siya ay pakiramdam bilang siya ay isang hari ng isang dinastiya. Ang hari ay hindi lamang may pangalan, kundi ang maharlikang pamumuhay at paggawa ng anumang nais niya; ginawang parang tunay na hari o prinsipe ang batang nagngangalang raja.

Si Raja ay isang labinlimang taong gulang na bata. Dahil sa sobrang pampering, nagkaroon siya ng ilang masasamang bisyo sa kanyang kalikasan at naging tamad siyang bata.

Dati kasi, umaga na siya nagising. Pagkagising niya, automatic na kinukuha niya ang mobile niya. at sinimulan itong i scroll. Either naglaro siya ng video games o nakikipag chat sa mga kaibigan niya. Actually parang nagkaroon siya ng mobile addiction. Ang smartphone ay tulad lamang ng isang mabilis na kaibigan na gusto niyang manatili palagi.

"Raja, O Raja? Nasaan ka na " Sigaw ni Inay habang nakalatag ang smartphone sa mesa sa kanyang silid.

"Nagulat ako. Paano nag-iisa ang telepono ng anak ko? Busy siguro siya sa banyo at wala nang iba." Nag aalala ang ina.

Tama nga siya. Nasa loob ng banyo si Raja. Nang buksan niya ang pinto, pumasok siya sa kusina at humingi ng isang basong tubig.

"Ah, dumating na ang Raja Sahib. Kailangang naroon ang mga alipin para maglingkod sa kanya." Tinuya siya nito.

Hindi na nagreply si Raja. Alam niyang galit ang kanyang ina. Pumili siya ng baso, pinuno ito ng tubig at uminom. Nasiyahan na siya ngayon.

Bumalik siya sa kanyang silid at muling kumalat sa kama. Matapos humiga doon ng ilang sandali, kinuha niya muli ang mobile sa kanyang kamay at nagsimulang maglaro. Buong araw niya itong kasama at wala na siyang ibang hiniling.

Ngayon ay hapon na. Tinawag siya ng ina.

"Raja, O Raja. Lumabas ka na at samahan mo kami sa hapag kainan."

"Hindi, okay lang ako dito."

"Nag-aayuno ka ba ngayon? Kung hindi, lumabas ka na at kumain ka na." Sabi niya.

Pero hindi nakinig si Raja. Hawak pa rin niya ang kanyang telepono.

Bagamat nakakaramdam siya ng pagod at nagugutom din. Kahit noon ay ayaw na niyang lumabas ng kwarto niya. Nanatili siyang nakaupo na nakapikit ng ilang minuto habang sinusuportahan ang kanyang unan. Gutom na gutom na siya. Nagkakaroon din ng bahagyang sakit ang kanyang mga mata dahil sa patuloy na pagtitig sa mobile screen. Napatigil na siya sa larong nilalaro niya. Alam niyang lilitaw ang kanyang ina na may platong puno ng masasarap na pagkain . At ganoon din ang nangyari. Natuwa siya sa lasa ng mainit na sizzling food.

Ngayon ay oras na para matulog. Saglit siyang pumikit. Hawak ang mobile sa kamay, nakatulog siya. Nang makita siya ng kanyang ina na natutulog sa posisyong ito, kinuha niya ang smartphone mula sa kanyang kamay, at iniwan siyang komportableng natutulog.

Dahil sa kanyang kawalang ingat at patuloy na panonood ng screen ng telepono, humina ang paningin ni Raja at nagsimula siyang makaramdam ng sakit ng ulo sa karamihan ng oras. Hindi maitatago ang problema sa kanyang mga magulang at sa tingin nila ay kailangan nilang kumonsulta sa isang espesyalista sa mata. Binigyan ng doktor ng isang pagsubok sa mata si Raja at iminungkahi sa kanya ang pagsusuot ng angkop na salamin. May kasabihan : Walang hinihintay ang panahon at tide. Dahan dahan ang paglipas ng panahon at ito ang kanyang kalahating taon na pagsusuri ay dumating.

Actually hindi regular si Raja sa school. Hindi niya nakuha ang karamihan sa kanyang mga klase dahil sa kanyang pagkalulong sa smartphone. Pagkaalam ni Raja sa datesheet mula sa isa sa kanyang mga kaibigan, agad siyang nag alala . Kinabukasan, pumasok siya sa paaralan para dumalo sa mga regular na klase.

"Ngayon Raja, ano ang gagawin mo ? Ikaw ay naiwan na may isang napaka maikling panahon ng oras at tila upang masakop up ang buong syllabus." Sinimulan niyang kausapin ang sarili. Nag aalala talaga siya at napagtanto ang pagkakamali niyang pag aaksaya ng oras. Ngayon ay may malaking target sa kanyang harapan at hindi niya maintindihan ang gagawin sa sandaling iyon. Hindi pa niya sineseryoso ang kanyang pag aaral. At ang kanyang pagkakaibigan sa mobile phone ay bumili ng isang problema para sa kanya. Anyhow, hindi pa siya handang sumuko. Nagpasya siyang magsikap at manalo sa labanan. Hindi naman siya sobrang tiwala sa sarili pero nangako siya sa sarili na pagbubutihin pa niya. Tinulungan siya ng kanyang mga kaibigan at guro tungkol dito. Mabilis niyang natapos ang lahat ng kanyang mga aralin at assignment at ipinakita sa kani-kanilang mga guro. Tapos kailangan niyang pag aralan ng mabuti ang lahat at mag memorize din. Dahil sa dami ng syllabus at kakapusan ng oras, hindi man lang makatulog ng maayos si Raja.

Sa araw ng kanyang unang pagsusulit, nakarating siya sa examination hall at umupo. Nanalangin siya sa Diyos sa pamamagitan ng pagpikit ng kanyang mga mata sandali. Nang lumabas ang question paper sa kanyang mesa, saglit na siyang mawawalan ng malay dahil hindi niya na clear recall ang kanyang pinag aralan at natutunan sa bahay. Lahat ng sagot sa mga tanong ay naging jumble sa kanyang isipan. Anyway may kailangan siyang isulat dahil hindi niya maiiwan na blangko ang answer sheet. Mali ang pagkakasulat niya ng karamihan sa mga sagot . Matapos ibigay ang answer sheet sa invigilator, bumalik siya sa kanyang tahanan. Labis siyang nalulungkot . Naiimagine din niya ang tungkol sa kanyang posisyon sa mga nalalapit na pagsusulit. Anyhow kailangan niyang gawin nang maayos sa kanyang level best. Nang matapos ang eksaminasyon, nakaramdam siya ng relaxation. Pagkatapos ay dumating ang araw na ang mga resulta ng pagsusulit ay upang ipahayag at Raja scored mas mababa marka tulad ng siya ay inaasahan na. Hindi rin natuwa ang kanyang mga magulang sa kanyang performance.

Makalipas ang ilang buwan, kinailangan ni Raja na lumabas sa mga pagsusulit ng kanyang mga board. Nagpasya ang mga magulang ni Raja na tulungan siya sa pag aaral dahil sa tingin nila ay hindi siya makakalusot kung wala ang kanilang tulong.

Isang araw tinawagan siya ng ama ni Raja para magsalita tungkol sa kanyang pag-aaral?

Sabi niya, "Anak, tulad ng nakita mo na ang iyong mga resulta sa Mid term, anong mga estratehiya ang iyong binalak na dumaan sa mga pre board at boards ' Marahil ay pinag-isipan ninyo ito? Ito ba ang tamang panahon para pag usapan ang mga bagay bagay sa iyo."

Hindi na nakapagreply si Raja. Iningatan niya si Mum. Napagtanto rin niya ang kanyang mga nakaraang pagkakamali at kinakailangan ng mahirap at binalak na trabaho sa hinaharap.

"Ano ang nakamit mo sa paggastos ng iyong oras sa smartphone na ito ? Inilaan mo ang iyong hinaharap sa aparatong ito. Ngayon pumunta at manatili sa mga ito. "

"Hindi, Ama. Alam kong nagkamali ako."

"Kung gayon ano ang napagpasyahan mo para sa hinaharap."

"Hindi na ako dumikit sa smartphone na ito. Kung gagawin ko, mabibigo ako. At hindi pa ako handang salubungin ang kabiguan. Kaya, nagpasya akong ilagay ang aking pinakamahusay na pagsisikap sa pag aaral. Gagawa ako ng timetable at didikit. Sana, patawarin mo ako ama sa mga naunang pagkakamali ko."

Nagising ang pride ni Raja nang marinig ang sinabi ng kanyang ama. Aniya, "Dad, ipinapangako ko na mag aaral ako ng masigasig at patunayan ang aking kahusayan sa board exams. Pagpalain at gabayan mo rin ako."

"Tandaan mo Raja, Walang imposible sa mundong ito. Kapag nagpasya kang manalo, ito ay gumagawa ng isang mahusay na pagpipilian. Ang susunod na bagay ay magkaroon ng plano at sumunod dito. Kailangan ang inyong taos-pusong pagsisikap. Ang blessings ko ay lagi mong kasama."

Nagbago ang routine ni Raja mula sa araw na iyon. Gumawa siya ng isang nakapirming iskedyul na susundin. Naglaan siya ng kaunting oras para sa entertainment at walang oras para sa mga video game. Ginamit din niya ang kanyang smartphone para sa kanyang pag aaral. Sa ganitong paraan, naghanda si Raja para sa mga pagsusulit nang may malaking dedikasyon. Nang pumunta siya sa examination hall, hindi siya natakot sa lahat. Sa pagkakataong ito, maayos ang ginawa niya at nasagot niya ang karamihan sa mga tanong sa tamang paraan.

Lahat ng estudyante ay sabik na naghihintay ng resulta. Nang ipahayag ang resulta ng pagsusulit, nagulat ang lahat. Nagbunga na ang kasipagan ni Raja. Na secure niya ang unang posisyon sa kanyang klase. Hinaplos ng kanyang mga guro ang kanyang likod, at pinuri siya ng kanyang mga kaibigan. Niyakap siya ng mga magulang ni Raja, binuhusan ng pagmamahal at binasbasan.

Actually medyo matalino si Raja sa simula pa lang. Kaya naman medyo naging pabaya at sobrang tiwala sa sarili. Pagkatapos ay ang smartphone ay pumasok sa kanyang buhay at lumikha ng maraming mga pagkagambala sa kanyang pag aaral pati na rin ang kalusugan. Kaya mga mahal kong anak, kadalasan ay nararamdaman ninyo ang ganoong sitwasyon sa buhay. Pagkatapos ay dapat mong malaman ang katotohanan na walang pagpipilian ng mahirap na trabaho. At kung regular mong iinvest ang oras mo sa pag aaral mo sa simula pa lang, hindi mo na nararamdaman na kailangan mong magtrabaho ng husto. Ang mga pag aaral ay maaaring maging medyo kawili wili . Maaari kang magkaroon ng ilang oras para sa mga laro at libangan pati na rin.

Ang pagpaplano at kasipagan ay tunay ngang mga lihim ng tagumpay. Natutuhan din ni Raja ang aral.

Ang Mga Tala sa Melodious

Best friends sina Noni at Neenu. Parehong mga tinedyer, bandang labinlimang taon o labing anim na taong gulang. Bata pa lang sila ay magkasama na silang nag aaral. Araw araw ay lumalakas din ang bonding ng dalawa.

Ang mga bahay na tinitirhan ng mga masyadong batang babae ay hindi gaanong malapit sa isa't isa. Malayo ang kanilang pagkakalayo at sa dalawang magkaibang lokalidad. Habang nag aaral sila sa iisang paaralan at nagbabahagi rin ng parehong klase, nagkaroon sila ng sapat na oras upang makasama ang isa't isa. Ang dalawang batang babae ay nag aaral sa Ninth standard. Pareho silang sinsero at nagtutulungan sa pag aaral.

Bahagyang mas matangkad at mas malakas si Noni, samantalang si Neenu ay payat at ordinaryong itsura. Sa totoo lang ang mga hitsura ay hindi kasingkahulugan ng personalidad tulad ng pangkalahatang personalidad ng isang tao ay isang kumbinasyon ng iba't ibang mga katangian, saloobin at ang mga moral na halaga. Samakatuwid hindi lamang natin mahahatulan ang mga tao sa pamamagitan ng kanilang mga hitsura. Alam nating lahat na ang tunay na pagkakaibigan ay kaloob ng Diyos. Ang mga masuwerteng tao ay pinagkalooban ng mahalagang regalong ito. Tunay na mga kaibigan medyo madalas na complement bawat isa. Ang bawat tao ay may mga kapintasan, at walang perpekto. Ang bawat tao ay gumagawa ng maraming pagkakamali sa kanilang buhay. Wala sa mga tao ang perpekto sa buong mundong ito. Lahat tayo ay may ilan o iba pang mga pagkukulang. Bukod dito, ang pagkakaroon ng tapat na mga kaibigan ay

nagpaparamdam sa atin na perpekto nang hindi gumagawa ng anumang mga espesyal na pagsisikap.

Ganyan ang friendship nina Noni at Neenu. Kapag ang sinuman sa dalawa, ay kailangang manatiling absent sa paaralan, tutulungan siya ng isa na tapusin ang lahat ng gawain sa klase at homework para sa araw na iyon. Nagtulungan sila sa isa't isa. Dahil dito, kapwa sila mahusay sa kanilang pag-aaral.

Mahilig si Noni sa musika. Mahilig din siyang kumanta. Tuwing susubukan niya ay nararamdaman niya na hindi siya marunong kumanta ng maayos. Sa kabilang banda, si Neenu ay kumakanta ng kaunti. Isang araw, nang humming tune si Neenu, ang sikretong ito ay nahayag sa kaibigan niyang si Noni. Pinasalamatan niya ito. Nalungkot siya kung bakit hindi maganda ang boses niya at hindi siya makakanta ng maayos. Pagkatapos ay nagpasiya siyang makinig sa kanyang kaibigan at subukang matuto kung paano kumanta. Hiniling niya kay Neenu na turuan siya, ngunit si Neenu mismo ay hindi isang perpektong guro. Sabi niya, "Bakit hindi natin dapat kausapin ang ating mga magulang tungkol dito? Maaari silang mag ayos ng isang klase ng musika para sa aming dalawa tulad ng ako rin ay kailangang matuto ng maraming. Hindi ako masyadong magaling sa musika."

Naintindihan ni Noni ang gustong sabihin ng kaibigan. Sinabi nito sa kanya na bibisita siya sa bahay ni Neenu sa darating na Linggo. Masaya si Neneenu. Ikinuwento niya ang kumpletong pag uusap na nangyari sa mga kaibigan at ang kanyang wish din.

Ang mga bata ay napaka inosenteng nilalang. Napakalinaw at malinis nila sa antas ng kanilang konsensya. Hindi nila ugali na may hawak na sama ng loob sa kanilang puso. Hindi nila maiwasang maging diretso dahil hindi nila nararamdaman ang pangangailangan na maging kung hindi man. Habang lumalaki ang isang tao mula pagkabata hanggang sa pagbibinata, ang pagiging simple ng kanilang personalidad ay nagsisimulang lumabo at lumilikha sila ng iba't ibang mga layer o mask sa paligid ng kanilang sarili. Ito ang tinatawag nating "kamunduhan." Isipin mo kung ano ang nangyari sa mundo, kung lahat ng tao ay mga bata. Kung gayon ay hindi magkakaroon ng away, away at inggit. Lahat ay maaaring manatili nang may pagmamahal at kapayapaan. Hindi ba't mas magiging magandang tirahan ang mundo.

Sa kalaunan ay dumating ang Linggo nang kinailangan ni Noni na bisitahin ang lugar ng mga Neenu. Bandang alas diyes ng umaga. Ipinaalam na ni Neenu sa kanyang pamilya na darating ang kanyang espesyal na kaibigan. Naghanda si Inay ng espesyal na almusal para sa espesyal na bisita, at lahat ay nagtipon sa paligid ng hapag kainan. Napakasarap ng tinapay na pakoras. Nag enjoy silang lahat kasabay ng usapan. Kinausap ni Nanay si Noni tungkol sa kanyang ina at iba pang kapamilya. Ang iba ay nakibahagi rin sa mga usapan. Pagkatapos mag almusal, inikot ni Neenu si Noni sa buong bahay niya at saka ibinalik sa sarili niyang kwarto.

"Noni, halika na. Tingnan mo ang silid na ito. Ito ang aking silid-aralan? Paano? Umupo tayo dito at magpahinga. Halika. Ipaubaya mo ang upuang ito." Tinuro niya ang isa sa mga upuan at kinuha ang isa para sa kanyang sarili.

Doon, matagal silang nakaupo. Nagpatuloy sila sa pag uusap sa iba't ibang paksa. Pagkatapos ay nagsimula silang maglaro ng isang laro Scrabble. Masaya si Noni. Pagkatapos ay habang nagbabahagi sila ng ilang notebook, napansin niya na may mga kanta si Neenu na nakasulat sa mga likod na pahina ng kanyang notebook. Hiling ni Noni, "Neenu, Pakikanta na lang para sa akin. Ito ay magpapasaya sa akin." Habang kinakanta ni Neenu ang kanta, tuwang tuwa siya nang marinig ang kanyang melodious voice. Kinagabihan, matapos maglaro at magsaya, gusto ni Noni na bumalik. Nagpaalam siya sa lahat at bumalik.

Sa sandaling bumalik sa bahay, sinimulan ni Noni na igiit ang kanyang ina araw araw na nais din niyang matuto ng vocal music. Nagustuhan din niya ang ideyang iyon. Pinag isipan na ng kanyang ina na pormal na ipakilala ang edukasyon sa musika sa kanyang anak. Kaya parehong nag usap ang mga magulang ng mga babae tungkol sa isa't isa. May music school sa bayan. Parehong magkaibigan, sina Neenu at Noni ay may edukasyon ng klasikong musika doon. Kinailangan din nilang magpraktis ng pagkanta sa bahay. Sa loob ng ilang buwan, natutuhan nila ang mga pangunahing kaalaman sa musika. Tuwing magkasama silang kumanta, nagiging masayahin ang paligid sa kanilang matamis na melodious voice.

Masaya ang lahat sa bahay at paaralan at pinahalagahan ang pagsisikap ng dalawang babae.

Si Lola at si Amisha

Lola, O mahal kong lola, nasaan ka ? Matagal ko na kayong hinahanap sa paligid? Naglalaro ka ba ng taguan sa akin " Si Amisha, isang sampung taong gulang na batang babae ay tumakbo dito at doon sa kanyang bahay. Habang gumagala siya, nakita niya ang kanyang lola na nakaupo sa prayer room. Naisip niya, "Hindi ba't mas magandang isipin na maghintay muna sa halip na pumunta at gambalain siya sa kanyang mga panalangin?"At ang batang si Amisha ay nakatayo at naghihintay sa malayo. Ngunit hindi siya makapaghintay nang mahigit ilang minuto. Lumapit siya kay Lola at sinimulan itong alalahanin.

"O, Amisha, ikaw pala. Nakikilala kita sa anumang sandali, kahit nakapikit ako. Oh! Sige na, makulit na manika. Iwan mo muna ako. Doon lang ako makikinig sa gusto mong sabihin," Her grandmaa said. Ang maliit na Amisha ay medyo makulit. Kadalasan ay gusto niyang may makalaro sa kanya. Sa bahay, bestfriend niya ang lola niya. Lagi niyang sinubukang manatili sa tabi niya. Either madalas mag usap ang dalawa o gusto ng maliit na magkwento o mag rhyme o kaya naman ay ang mga karanasan niya sa school. Minsan ay curious siyang makinig ng mga kwento mula sa kanyang lola.

Ang ganda ng nilikha ng Diyos. Ang pagkakaibigan ng bata at matanda. Parehong gusto ang kumpanya ng bawat isa bilang kailangan nila ito ang pinaka. Ang mga maliliit na nilalang ay palaging may sasabihin at ibinabahagi sa kanilang mga mahal sa buhay. Alam ng lolo't lola kung paano haharapin ang lahat ng bagay na gustong gawin ng mga nakababata. Gayundin ang lola at si Amisha, ang apo niya.

Nang matapos ang mga panalangin, kailangan ni lola ng kaunting suporta para tumayo. Kinuha niya ang suporta sa mga bisig ni Amisha, tumayo at lumabas ng prayer room.

Madalas maglaro si Amisha dati sa lola niya. Tuwing nakikita niya ang kanyang lola na may ilang libreng oras, siya ay nagsisimulang makipag usap sa kanya. Hindi lang niya ito nilaro kundi ibinahagi rin niya ang lahat ng pangyayari sa kanyang araw. Lahat ng kwento sa school niya at lahat, nasa isip niya. Ang kanyang mga magulang ay mga propesyonal sa trabaho at walang libreng oras upang makasama ang kanilang anak na babae. Busy ang lolo niya lagi either nagbabasa ng dyaryo o nanonood ng TV. Minsan, mahilig din siyang makipaglaro sa pinaka cute na nilalang sa bahay.

Sa ganitong paraan, ang duo nina lola at Amisha ay napakalapit at maayos na gumagana. Sinubukan nila ang isang bagong bagay tuwing may oras sila.

Nakaupo ang lola sa sofa chair sa hallway. Lumapit din doon si Amisha at yumuko sa kanyang kandungan. Niyakap niya ang kanyang apo at pinaupo ito malapit sa kanya. Pagkatapos ay tinanong niya kung ano ang gusto niyang sabihin sa mga panalangin.

"Lola, ano ba ang ginagawa mo doon "

" Nagdarasal ako sa Diyos."

"Bakit ka nagdarasal Maa ?"

"Ipinagdarasal ko ang iyong kagalingan at ang kagalingan ng lahat."

"Kailangan ba na magdasal ang lahat araw-araw ?"

"Oo, mahal ko. Lahat ay dapat manalangin kahit isang beses o dalawang beses sa isang araw."

"Nakikinig ba ang Diyos sa atin ?"

"Oo, dinidinig din ng Diyos ang ating mga panalangin at sagot."

"Kung hindi ako magdarasal parurusahan ba ako ng Diyos "

"Hindi, mahal tayo lahat ng Diyos. Bakit niya tayo parurusahan ng walang dahilan "

"Lola, May mga nagsasabi na pinaparusahan tayo ng Diyos. Hindi ba totoo "

"Actually tayo lang ang mahal ng Diyos. Pinaparusahan tayo dahil sa sarili nating mga pagkakamali. Hindi ka ba pinaparusahan ng teacher mo tuwing lumilikha ka ng mischief sa klase "

"Oo, gusto niya."

"Hindi ka ba niya mahal "

"O Lola, ako ang pinakamamahal niya."

"Mahal ko, same thing is with God. Ngayon naaalala mo na. Pinaparusahan tayo dahil sa o maling gawa. Ang pagmamahal at pagmamalasakit ng Diyos ang nagpapalakas sa atin at nagpapatalino sa atin na gawin ang mga tamang bagay sa tamang sandali at maging ang pagpapakita ng kabaitan."

"Oh! Lola. Ikaw ang lovliest Grandmaa. Ako rin ay magdarasal sa Diyos ngayon upang ako ay maging mas matalino kaysa sa kasalukuyan. Di ba "

"Tama, anak ko. Ganap na tama. " At niyakap niya si Amisha.

"Lola, narinig ko habang may hinihiling ka sa Diyos. Maaari mo bang sabihin sa akin kung ano ang lahat ng ito ay tungkol sa ?"

"Bakit hindi ? Tiyak na sasabihin ko sa inyo. Hinihiling ko sa Diyos na bigyan ng inspirasyon ang aking apo na gumawa ng tsaa para sa akin ngayon."

"Ako, lola? Pinagtatawanan mo ba ako? Paano ako maghahanda ng tsaa para sa iyo hanggang sa malaman ko kung paano ito inihanda " nakakagulat na tanong ni Amisha.

"Halika isa, manika ko. Walang dapat ikabahala . Una punta tayo sa kusina. Tapos tuturuan kita kung paano maghanda ng isang tasa ng tsaa."

"Lola, matututuhan ko rin ito sa YouTube."

"Sige, maaari mong malaman ang lahat ng bagay ito sa YouTube, ngunit ikaw ay pag ibig upang matuto ito mula sa akin bilang ako sa iyo sa sandaling . Sa oras na ihahanda mo ang tsaa, ako na ang bahala sa iyo. Sa ngayon, dahil napakaliit mo, napakahalaga para makasama kita. As in hindi mo man lang alam kung paano hawakan ng maayos ang gas at frying pan."

Nagdalawang isip si Amisha. Gusto niyang gawin ang lahat ng gawain sa kusina nang mag-isa at sa sarili niyang paraan. Malaki ang tiwala niya sa sarili at sa kanyang mga karanasan sa YouTube. Sa kabilang banda, ang kanyang lola ay may pananampalataya sa kanyang sariling mga karanasan sa buhay.

Kaya, napagpasyahan na ang lola at si Amisha ay parehong maghahanda ng tsaa nang magkasama, at lumipat sila patungo sa kusina.

Ang Isolated Shower

Noong unang panahon, may dalawang kaibigang naninirahan na sina Leelavati at Kalavati sa isang lungsod na ang pangalan ay Rampur.

Magkapitbahay at malapit na kaibigan din ang dalawang babae. May tsismis tungkol sa mga babae na tuwing magkikita sila, sobrang usapan nila at ang sentro ng kanilang pag uusap ay ang pagpuna ng ibang tao. Bagaman ang mga alingawngaw ay mga tsismis, kung minsan ang mga tao ay nagsisimulang maniwala sa mga ito nang hindi nalalaman. Dapat nating malaman na ang laging pagcritisismo sa iba nang walang dahilan ay hindi magandang ugali . Ang ilang mga tao ay bumuo ng mga ito dahan dahan kahit na sila ay hindi kamalayan tungkol dito .

Taliwas dito ang ginawa ng dalawang magkaibigang ito. Hindi nila kailanman gustong magsalita ng mga calumnies tungkol sa iba. Gusto nilang ibahagi ang mga kagalakan at kalungkutan ng isa't isa o nakatuon sa paglutas ng isang tunay na problema. Kapag wala na silang ibang magagawa, nagbabahagi sila ng mga biro at nagtatawanan ng buong puso.

Ang asawa ni Kalavati ay nagtrabaho bilang isang bank clerk, habang ang asawa ni Leelavati ay isang goldsmith. Pareho silang may mga school going children. Tuwing may spare time sila, dati ay magkasama silang nagkikita sa bahay. Sa ganitong paraan, lumilipas ang panahon. Wala sa dalawa ang mahilig mag aksaya ng oras sa paglilibang sa tsismis kaya nagsimula na silang magplano na gumawa ng bago at malikhain. Sila ay nasa isang paghahanap ng ideya na maaari nilang ipatupad sa katotohanan. Ito ay magbibigay sa kanila ng trabaho at pera . Ang pagtutulungan ay magiging masaya para sa kanila. Bagamat hindi ito naging madali sa trabaho. Ang pagsisimula ng isang bagong negosyo at paglaki nito ay nangangailangan ng buong pansin, oras, kaalaman pati na rin ang dedikasyon.

Gayunpaman, hindi sila nakatali upang kumita ng pera bilang ang pananalapi sa bahay ay lubos na sapat upang gawin ang parehong mga dulo matugunan. Kahit noon ay gusto nilang maging mas produktibo kaysa sa kanila. Ito ay magpapasaya sa kanila at sa kanilang mga pamilya rin. Ano ang dapat gawin at kung aling negosyo ang dapat nilang simulan, ay isang tanong na nakahiga sa harap nila.

Minsan ay nagkaroon ng pagbagsak sa merkado ng ginto. Nagdulot ito ng negatibong epekto sa negosyo ng asawa ni Leela. Kahit na may mga ups at downs sa merkado oras sa oras. At hindi ito magiging permanenteng problema.

"Tama na ang panahon para magsimula ng bagong negosyo." ang naisip ni Leela.

"Kala, ate, makinig ka sa akin . May idea ako sa isip ko. Sana magustuhan mo rin." Ibinahagi ni Leela ang kanyang opinyon sa kanyang kaibigan.

"Pwede naman siguro. Ipaalam mo sa akin ang isang bagay nang detalyado." sagot ni Kala.

"Hindi ba't dapat tayong magtayo ng sariling negosyo ?"

"Sige na. Ang ganda ng idea na 'yan."

"Sabi mo sa akin, anong klaseng negosyo ang dapat nating simulan Dapat ba tayong dalawa ay magtulungan "

"Oo, tiyak," sabi ni Kalavati.

"Ano ang angkop sa atin? Ang ibig kong sabihin ay isang startup kung saan kailangan namin ng minimum na tulong mula sa iba pang mga miyembro ng aming pamilya. "

"Makinig ka ate Leela. Magsimula tayo ng atsara at papad business. Pareho tayong maghahanda ng mga produktong ito sa simula. Habang lumalaki ang negosyo, magdaragdag pa kami ng ilang manggagawa para sa tulong." Masiglang nagsalita si Kalavati.

"Oo, maganda ang tunog niyan." Pinahalagahan ni Leela ang kanyang ideya.

Matututo rin kaming gamitin ang mga bagong pamamaraan upang dalhin ang aming negosyo sa taas. " ang patuloy na sabi ni Kalavati.

Sa wakas, ang ideya ay inaprubahan at ipinatupad nang praktikal. Pareho nilang napansin ang mga hilaw na materyales at binili ito sa grocery. Nagdala sila ng mga pulso, pampalasa at ang mga spreadsheet para sa paggawa at pagpapatuyo ng mga papad. Nagdala sila ng maraming gulay tulad ng karot, kalendula, chillies at gooseberries, radish at marami pang iba upang gumawa ng pinaasim na repolyo. Bumili sila ng mga lalagyan para sa imbakan, packaging ng mga produkto.

Sa ganitong paraan ang parehong mga kaibigan ay nagtrabaho nang husto araw araw at maingat na inihanda ang mga produkto. Nakipag ugnayan sila sa ilang mga tindera na handang magbenta at mag promote ng kanilang mga produkto sa regularl na batayan. Nung una silang kumita, sobrang saya nila. Pinasalamatan din ng kanilang mga kapamilya ang kanilang kasipagan. Nakakaramdam din sila ng pagmamalaki. Nang magtipon silang lahat sa isang lugar para ipagdiwang ang kanilang unang tagumpay, pinayuhan sila ng kanilang mga anak, "Nay, bakit hindi mo ibenta ang iyong mga produkto online?"

"Hindi namin alam ang mga bagay na ito." Sabay sabay na sabi ng dalawang ina.

"Magiging madali, Ma. Tita, tutulungan ka naming mga bata sa bagay na ito. Napakaraming online shopping sites, kung saan iba't ibang sellers ang nagbebenta ng kanilang mga produkto. Hindi naman ito magiging mahirap para sa iyo. Gumawa ng isang nagbebenta ng account at ibenta ang iyong mga produkto bilang 'Leela Kala Papad ' at ' Leela Kala Pickles.' At sa loob ng ilang buwan ay magiging mahilig ang mga tao sa iyong mga produkto. Kaya huwag mag atubiling matuto ng mga bagong bagay. Kayo ang aming matatapang na ina. Malaki ang maitutulong namin sa inyo. Hindi ba't kami ang mga anak mo " sabi ng mga bata.

"Mahusay na ideya! Tapos sisikat na tayo soon. Tama ba ako " Sabay na nagsalita sina Leelavati at Kalavati. Tapos lahat ng present doon pumalakpak .

"Ito ang katotohanan. Talagang hindi ito biro." sabi ng mga bata.

"Sige, subukan natin." Sabi ng dalawang magkaibigan. Determinado sila.

Tapos nangyari na nga. Nagtulungan silang lahat. Tumaas ang benta at ang produksyon araw araw at mas malaki ang kinita nila. Nagsimulang sumikat ang kanilang negosyo sa merkado. Ngayon Leela Kala ay naging isang sikat na tatak ng pangalan . Bunga ito ng mabuting kalooban at nagkakaisang pagsisikap ng lahat.

Mainit ang hapon ng tag init. Nagkalat ang mga ulap sa kalangitan.

"Hindi tayo makakagawa ng papads at atsara ngayon. So, magsaya tayo ngayon. Kung minsan dapat tayong magpahinga," sa pag-iisip nito, tinawagan ni Kalavati si Leelavati sa kanyang telepono, "Si Leela ay kapatid na babae! Punta ka dito bilis."

"Ano ang nangyari mahal ko? Okay lang ba ang lahat "

"Ikaw na ang mauna. May sorpresa para sa iyo."

"Oh! Hindi. Pakisabi na lang po. Tiyak na darating ako. Sa sandaling matapos ko ang gawaing hawak, lilitaw ako sa harap mo."

"Kung gayon makinig ate . Tingnan mo ang langit. Ang ganda ng panahon. Hindi ba't magiging magandang ideya na magkasama sa tsaa at meryenda? Kaya sana po. Huwag dumating nang walang pagkaantala. Pupunta ako sa kusina para maghanda ng pakoras at tsaa."

"Ang ganda ng idea nito. Nagsimulang magdilig ang bibig ko. Ako ay sa loob ng ilang minuto na may masarap na mint-coriander chutney ." sagot ni Leela at binaba ang telepono. Pagkatapos ay naging abala siya sa paghahanda ng sauce. Sampung minuto lang ang inabot at handa na ang sauce. Ibinuhos ni Leela ang laman sa isang glass bowl at hawak

hawak, narating ang party venue. Lahat ay sabik na naghihintay sa kanya.

"Halika na Leela. Oh! so nice po. Ang ganda ng flavor. Umupo ka na lang at may plato ka na." sabi ni Kalavati.

Sinimulan ng lahat ang paghahain ng mga pinggan sa kanilang sariling mga plato. Kala inihain ang tsaa para sa lahat . Nag enjoy ang lahat sa meryenda, tsaa at samahan ng bawat isa kasabay ng magandang panahon.

Makikita ang tanawin sa labas mula sa bintana. Masaya ang panahon at umiihip ang malamig na simoy ng hangin. Makalipas ang ilang panahon, nagsimula nang umulan. Nagkaroon ng isang nakahiwalay na shower sa simula. Biglang umulan ng malakas. Lumitaw ito habang ang mga halaman at puno ay masaya at nagpapakita ng kanilang kasiyahan sa pamamagitan ng paggalaw ng kanilang mga sanga tulad ng mga braso. Naging masigla ang buong kapaligiran. Pagkatapos ng tea party, nag enjoy ng husto ang mga tao sa malamig na panahon. Nagsimulang mag usap ang dalawang magkaibigan at abala ang mga bata sa kanilang mga laro. Nang tumigil ang pag-ulan, isang magandang bahaghari ang lumitaw sa kalangitan

Ang Matapang na Babae

Noong unang panahon, may isang bayan na nagngangalang Sitapur. Doon nakatira ang isang batang babae na nagngangalang Bawri kasama ang kanyang mga magulang. Ang kuwentong ito ay nangyari sa mga mas lumang panahon kapag ang mga magulang ay hindi gaanong  maingat habang pinipili ang pangalan ng kanilang mga anak. Dati kahit anong pangalan ang tawag nila sa mga anak nila, kung ano man ang gusto nila sa. Ang ibig sabihin ng salitang 'Bawri' sa Hindi ay baliw ngunit ang babae sa kuwento ay kabaligtaran lamang nito. Kapag ito ay isang pangalan, karamihan sa mga oras na ang mga tao ay nagiging ugali ng pagtawag sa isang tao sa pangalang iyon nang walang sinuman ang nag iisip tungkol sa kahulugan nito. Tulad ng gayon ay ang kaso ng matalinong batang babae Bawri. Kahit noon ay hindi siya masaya sa pangalan niya. She alwAys used to think, ano ang magandang nangyari kung siya rin ay may kaibig ibig na pangalan tulad ng Uma, Rama o Tina ng kanyang mga kaibigan. Tuwing may tumatawag sa pangalan niya, nalulungkot siya dahil hindi niya gusto ang pangalan niya. Ngunit wala siyang magawa. Paano niya magagawang baguhin ang kanyang pangalan bilang pangalan ay para sa magpakailanman.

Isang araw nang nakaupo siya malapit sa kanyang ina, nakita niyang naluluha ang kanyang anak.

"Bawri, umiiyak ka ba ? Sa anong dahilan ka umiiyak? Ano ang nagpalungkot sa anak ko? Ipaalam mo sa akin ang problema mo? May nangyaring mali ba "

"Hindi, Ina. Wala namang bago. Hindi naman kasi importante. Ako ay O.K."

"Hindi, may ilang dahilan na nakakabahala sa iyo. Napaka essential na sabihin mo kahit sa nanay mo. Wala kang maitatago sa akin." Nang igiit siya ng kanyang ina dahil sa pagsasabi ng totoo, kailangan niyang magsalita.

Nagulat ang ina nang malaman niyang naging problema sa kanya ang pangalan ng kanyang anak. She tried to satisfy her saying," My dear, Ang ilan sa mga problema natin ay hindi totoo kundi imahinasyon. Ganun din ang sa inyo. Hindi ka dapat magkaroon ng isang masamang pakiramdam tungkol sa iyong pangalan. Walang nag iisip nito. Pangalan ay hindi ikaw. Ito ay lamang ng isang tool na ginagamit upang tumawag ginagamit upang tawagan ka. Ang mga pangalan ay hindi tumutukoy sa isang tao. Ang aktwal na tao sa loob mo ay nakikilala sa pamamagitan ng iyong panloob na mga katangian at gawa na isinasagawa mo. Hindi ka dapat mag alala tungkol dito. Wala namang pakialam ang mga tao sa pangalan. Kahit ganoon ay pinagsisisihan ko na kung ito ay lumikha ng isang problema para sa iyo. Hindi ko kailanman nagkaroon ng isang ideya na ito ay pagpunta sa mangyari sa ilang araw. "

Nakinig nang mabuti si Bawri sa kanyang ina. Tumigil siya sa pag iyak.

Pagkatapos ay sinimulan ng kanyang ina na tawagin siyang Sanvari sa halip. Sobrang mahal niya ito bilang anak niya. Ang cute naman ng babae. Siya ay napakatalino matalino din. Tuwing may problema, ginagamit niya ang kanyang matalinong utak upang malutas ito sa pinakamabilis na rate. Unti-unti siyang tumigil sa pag-iisip tungkol sa kanyang pangalan at inilipat ang karamihan sa kanyang pansin patungo sa pag-aaral at trabaho.

Bata pa lang siya. Mas mabilis lumaki ang mga batang bata. Siya rin ay lumalaki na parang isang ligaw na gumagapang. Nagkaroon siya ng masayahing personalidad. Lagi siyang abala sa pagbabasa, paglalaro at pag aaral ng bago o malikhain.

Sa totoo lang, ang bahay ng kanyang mga magulang ay sentro ng magulo at abalang pagkabata. Maging ito man ay isang ligaw na gumagapang o isang gumagapang ng buhay, ito ay uunlad at mamumulaklak. Sa kanyang matamis na boses, pinasaya niya ang lahat. Nang atasan siya ng kanyang ina ng ilang gawaing bahay na gagawin, hindi niya ito nagustuhan. Halos hindi siya makatawa at parang gusto niyang umiyak.

Ang ina ni Bawri ay walang masyadong pormal na edukasyon. Kahit noon ay alam niya ang kahalagahan ng edukasyon. Ayaw niyang sayangin ng anak ang kanyang mahalagang oras sa kusina at mabigat. Bilang kailangan niya ng oras para mag aral din. Pero dahil sa dami ng trabaho sa bahay, minsan napapagod ang ina. Pagkatapos ay tinawagan niya ang kanyang anak na babae para humingi ng tulong sa kanya, bagama't atubili siya, nang magkaroon ng pangangailangan.

Ilang taon ang lumipas sa ganitong paraan. Sanvari pumasa junior school na may mahusay na mga marka at pagkatapos, secured ang unang posisyon sa high school. Ngayon, nang magpatuloy siya sa ikalabing isang grado sa science stream, nalaman niya na mahirap mag-aral ng agham. Sa pahintulot ng kanyang mga magulang, nagsimula siyang mag invest ng mas maraming oras sa kanyang pag aaral.

May pakpak ang panahon. Parang mabilis lumipad kapag masaya ka. Bawri, ang nag iisang anak ng kanyang mga magulang ay ang mansanas ng kanilang mata. Inalagaan nila ang kanilang anak sa pinakamabuting paraan. Tuwing humihingi siya ng anumang bagay; sinubukan nilang matupad ito nang madalas. Si Bawri rin ay matalino at alam ang limitasyon. May respeto rin siya sa kanyang mga magulang. Siya ay isang taong kuntento na walang mga di-kailangang hangarin.

Lumaki si Bawri sa paglipas ng panahon. Hindi naantig ang kanyang isipan sa pagbabago ng panahon. Ang buong focus niya ay ang kanyang pag aaral at pagbuo ng kanyang karera. Sa dedikasyong ito, nakapasa si Bawri sa kanyang Class twelfth exams na may flying colours at nakakuha ng admission sa isang Bachelor of Science program.

Ang ama ni Bawri na si Ramnath Ji ay may malaking bahay kung saan siya nakatira kasama ang kanyang pamilya. Ang bahay ay may malaking bukas na terrace sa itaas. Ang unang palapag ng bahay ay may tatlong bahagi. Ang isang bahagi ay naglalaman ng mga silid, ang ikalawang bahagi ay may kusina at maluwang na patyo. Ang ikatlong bahagi ay may hardin, na may malagong luntiang damo at iba't ibang halaman at puno.

Paminsan minsan ay pumupunta ang kaibigan niyang si Rama para mag aral sa kanya, at minsan ay pumupunta si Bawri sa bahay ni Rama. Gayunman, kadalasan, nag-aaral siya sa sarili niyang tahanan.

Sa panahon ng tag init, madalas na pumupunta ang pamilya sa rooftop upang tamasahin ang sariwang hangin, at kung minsan ay natutulog din sila doon. Noong mga panahong iyon, karaniwan na ang pagputol ng kuryente sa loob ng ilang oras. Upang maiwasan ang kakulangan sa ginhawa sa oras ng pahinga dahil sa mainit na panahon, ang mga tao ay alinman sa nagpunta sa bubong o pinili na matulog sa patyo.

Gabi ng tag init noon. Nag aaral si Bawri sa rooftop at sa huli ay nakatulog. Sa baba, sa looban, natutulog ang kanyang ama. Pasado hatinggabi na at nakatulog na ang lahat. Nakatulog na rin si Bawri. Karaniwan na ang pagtulog bandang alas nueve o alas diyes ng mga panahong iyon.

Habang natutulog, uhaw na uhaw si Bawri. Nagising siya at gustong bumaba para sa pagkuha ng tubig sa kusina. Napansin niya ang ilang anino na gumagalaw dito at doon sa dingding. Medyo natakot siya.

"Ano ang gumagalaw doon sa railing? May nakatayo ba roon? Oh! Oo, may magnanakaw. Kitang kita ko siya."

Naglalakad ang magnanakaw sa railing. Madilim ang gabi at sinubukan niyang samantalahin ito. Nagsimulang magtakbuhan ang puso niya.

"Oh! I see." bulalas ng isang boses mula sa loob niya. Ngayon, ano ang dapat gawin? Nagsimula nang magkarera ang utak niya.

"Kung bakit ako natatakot. Walang dapat ikatakot. Ang magnanakaw ay nasa malayo pa rin sa akin. Hindi niya ako maabot sa loob ng ilang segundo. Dapat sabay sigaw ko para magising ang tatay ko." Siya ang nagpasiya. Walang pagkaantala ay malakas siyang sumigaw para gisingin ang kanyang ama, na natutulog pa rin sa looban.

"Papa, Papa! Tumingin ka doon... may magnanakaw!" Masasabi ni Bawri . Nang marinig ang boses nito, nagising agad ang kanyang ama.

"Bawri, saan ? Nasaan ang magnanakaw " tanong ng ama ni Bawri.

"Dad, tingnan mo doon," sabi ni Bawri sabay turo sa railing.

"Pero ano ba ito Nasaan na ang magnanakaw ngayon? Hindi ko siya nakikita ngayon . Nandito siya , ilang sandali pa lang." ang sabi ni Bawri. Laking gulat niya dahil alam niya kung paano biglang nawala ang magnanakaw. Dahil sa kaguluhan at takot na mahuli, tiyak na tumalon ang magnanakaw sa bakod upang makatakas.

Pagkatapos, bumaba si Bawri sa hagdan. Tuwang tuwa ang kanyang ama sa katapangan ng kanyang anak. Kung hindi niya ito ginising sa oras, nagawa ng magnanakaw na magnakaw sa kanilang bahay. Nagising si Everone sa bahay. Ang kanyang ina ay nagbigay din ng pagmamahal at pagmamahal sa kanyang matapang na anak sa pamamagitan ng pagpapahalaga sa kanya.

"Ang matapang kong anak na si Bawri ang pinakamatapang. Ang galing galing mo naman."

Tuwang tuwa si Bawri at feeling proud sa sarili. Proud din si Bawri sa pangalan niya noon.

Ang Fairyland

Si Sarang ay isang kaibig ibig at masayang bata. Isa't kalahating taon lang siya noon. Siya ay medyo aktibo sanggol. Dati kasi ay maghapon siyang gumagawa ng mga mischievous activities. Lagi niyang pinipilit na kopyahin ang mga ginagawa ng lahat. Ginaya niya ang kanyang ina sa pamamagitan ng pagpapanggap na nagwawalis. Tulad ng kanyang ama, pumipili siya ng isang brush ng pag ahit at kumikilos bilang pag ahit nang eksakto tulad niya. Ang saya saya naman para sa kanya. Lahat ng kapamilya ay natuwa rin sa panonood ng kanyang mga nakakatawang kilos . Noong panahong iyon, bibigyan siya ng ina ni Sarang ng iba't ibang laruan na lalaruan at susubukang makisali sa mga laro. Pero ang mga bata ay mga bata. Kapag ang mga laruan ay magagamit sa kanila, ayaw nilang kahit na hawakan ang mga ito. Gusto nilang kumilos tulad ng mga elder. Kaya naman kinokopya nila ang kanilang mga kilos at ang paraan, sila ay nakaupo , nakatayo, nagsasalita at kumakain pa. Minsan ang mga ito ay nagiging pinakamadaling mapagkukunan ng libangan para sa lahat. Ganun din, ang batang maliit na si Sarang.

Habang lumalaki siya, sinubukan ng kanyang mga magulang na dapat siyang matuto ng isang bagong bagay araw araw. Magbigkas pa sila ng maliliit na tula sa kanya. Inulit lang ni Sarang ang mga iyon kasabay ng boses ng kanyang ina. Natututo na siyang magsalita ng maayos. Natututo siya ng ilang bagong salita araw-araw. Bagamat hindi niya nabigkas ng maayos ang bawat salita kahit noon ay sinubukan niya.

Lahat ng ginawa niya ay labis na ikinatuwa ng kanyang mga magulang. Buong araw niyang binigkas ang mga tula na kanyang natutunan, palipat lipat sa isang sulok ng kanyang bahay. Nang medyo lumaki na si Sarang, mahilig siyang makinig ng mga kuwento mula sa kanyang ina. Natuto rin siya ng ilan sa mga ito.

Maraming kaibigan si Sarang na nakatira sa kanilang lugar. Lahat sila ay hindi kabilang sa kanyang edad. Karamihan sa kanila ay medyo matanda sa kanya. Kahit noon ay gusto nilang lahat na makipaglaro kay Sarang. Si Sarang ang mansanas ng kanilang mga mata. Sa mga batang iyon, may isang batang babae na nagngangalang Hina. Itinuturing niyang kapatid si Sarang at pinakamamahal niya ito. Gusto niyang makipaglaro kay Sarang buong araw. Either naglaro sila sa bahay ni Sarang o sa bahay niya. Madalas niyang ipilit na dalhin si Sarang sa bahay nito. Nagustuhan din ni Sarang ang kanyang kumpanya. Sa patuloy na paghingi ni Hina, pinayagan siya ng ina ni Sarang na pumunta sa bahay ni Hina. Si Hina ay isang anim na taong gulang na batang babae. Napakahusay niyang ilagay ang kanyang sarili sa papel na ginagampanan ng kanyang nakatatandang kapatid na babae. Mapagmahal niyang tinawag na "Mogli" si Sarang. Inalagaan din ng ina ni Hina si Sarang na parang sariling anak. Kaya, si Sarang, sa edad na apat, ay ginugol ang kanyang oras sa paglalaro at naging matalino.

Isang araw, nagdala ng audio book para sa kanya ang ama ni Sarang. Ito ang audio book ng mga engkanto. Nagkaroon ng matinding interes si Sarang sa pagbabasa at pakikinig sa mga kuwento. Pinatugtog niya ang audio book at pinakinggan ang lahat ng mga engkanto. Patuloy siyang nakikinig sa mga ito nang ilang araw. Ito ang nagpasaya sa kanya. Araw araw ay dati siyang nakikinig sa mga engkanto at nag eenjoy ng husto.

Isang araw, nanaginip si Sarang ng mga diwata. Nagpunta sa bahay niya ang Fairy Queen para salubungin siya. Dinala niya ito sa fairyland kasama niya. Lumipat siya doon sa buong paligid. Doon niya nakita ang iba't ibang uri ng diwata. Parang lumulutang sila sa ere mula dito hanggang doon. Tuwing may susubukan siyang itanong sa Fairy Queen, nagkikilos ito para manatili itong tahimik. Sa simula ay nakita ni Sarang ang dalawang diwata, ang Nakakatakot na Diwata at ang Galit na Diwata. Mahigpit na hinawakan ng Fairy Queen ang kamay ni

Sarang at inilayo ito sa kanila. Doon niya nakilala ang napakaraming kind hearted fairies.

Sinabi ng Fairy Queen sa bata, "Sarang, tingnan mo. Lahat ng ito ay mabubuting diwata. Talagang tinutulungan nila ang lahat ng gumagawa ng marangal na gawa."

Masayang masaya si Sarang na gumagala dito at doon sa fairyland. Ngayon lang siya nakapunta sa fairyland. Tinanong niya ang Reyna Diwata, "Maaari ba akong manatili dito sa fairyland para sa kailanman ?"

Nang marinig ito, ngumiti si Reyna Diwata at sumagot, "Hindi, Sarang, mahal ko. Hindi ka pwedeng manatili dito. Ang fairyland ay hindi para sa tao. Ito ay isang lugar lamang ng mga diwata."

Nalungkot si Sarang sa sandaling iyon . May matinding hangarin siyang manatili sa fairyland. Nang makita siyang naiinis, sinabi ni Queen Diwata, "Huwag kang malungkot, Sarang. Maaari kang bumisita muli sa fairyland kahit kailan mo gusto."

Tuwang tuwa si Sarang nang marinig ito. Patuloy ng Reyna Diwata, "Kung ang lahat ng tao ay magsisimulang manirahan sa fairyland, ito ay magiging masikip at pinaka malamang na ang bilang ng mga nakakatakot at galit na mga diwata ay tataas. Kung gayon walang mag eenjoy sa pamumuhay dito. Gusto ng mga mabubuting diwata na tumakas sa lugar na ito." Labis na nagulat si Sarang. Iwinagayway ni Reyna Diwata ang kanyang wand sa ere at hiniling kay Sarang na mag wish.

Nais ni Sarang na maging isang kwentista. Binasbasan siya ni Queen Fairy ng boon.

Ipinahayag ni Sarang ang kanyang pagnanais na muling bisitahin ang fairyland . Sa pagkakataong ito ay hindi nagsalita si Queen Fairy. Ngumiti siya at marahang hinawakan ng wand ang ulo ni Sarang. Parang gusto ni Sarang na mahulog sa sahig. Nang imulat niya ang kanyang mga mata, napagtanto niya na siya ay may pangarap na fairyland. Masaya siyang maalala ang lahat ng pinapangarap niya. Makalipas ang ilang araw ay nakalimutan ni Sarang ang pangarap na fairyland.

Nag aral si Sarang sa klase ng isa sa paaralan. Natuto na siyang bumuo ng mga pangungusap. Isang araw, habang ginagawa niya ang kanyang homework ng Hindi, naisipan niyang magsulat ng isang kuwento. Kinuha niya ang diary ng mommy niya at mabilis na naglabas ng lapis para simulan ang pagsusulat ng kwento.

Isinulat niya ang kuwento ng isang bagay tulad nito. Ang pamagat ay **"Karunungan ni Sohan."**

Sa isang nayon, may nakatirang mayaman na nagngangalang Dhaniram. Nagkaroon siya ng anak na lalaki na nagngangalang Sohan. Isang araw, kinailangan ni Dhaniram na lumabas para sa ilang kagyat na trabaho, na iniiwan ang kanyang anak na si Sohan sa bahay. Inutusan niya si Sohan na i lock nang maayos ang pinto at huwag buksan ito para sa mga estranghero.

Maya maya pa ay umalis na si Dhaniram, may kumatok sa pinto. Tanong ni Sohan, "Sino ba " Sumagot ang estranghero, "Ako ang kaibigan ni Dhaniram." Binuksan ni Sohan ang pinto at nagulat siya nang makita ang dalawang nanghihimasok sa loob ng bahay. Pagkatapos, naalala niya ang payo ng kanyang ama tungkol sa paggamit ng kanyang matalinong utak at pasensya sa panahon ng kagipitan. Nakita ni Sohan ang isa sa mga intruder na nakatutok sa kanya ng pistola.

Mabilis na nakaisip ng plano si Sohan. Nagdahilan siya para pumunta sa banyo. Pagbalik mula roon, tinanong niya ang mga nanghihimasok, "Iinom ba kayo ng tubig?" Nang pumayag sila, nagdala siya ng tubig. Matapos uminom ng tubig na iyon, nawalan ng malay ang mga nanghihimasok at nahulog sa lupa. Lingid sa kaalaman ng mga nanghihimasok, nagdagdag si Sohan ng gamot na pampatulog sa tubig na kanyang pinaglilingkuran. Ininom nila ito at di nagtagal ay nawalan sila ng malay. Agadna tumawag ng pulis si S ohan at ipinaalam sa kanila ang mga nanghihimasok. Dumating ang mga pulis, inaresto ang mga kriminal. Sa mga oras na iyon, umuwi na rin ang kanyang ama na si Dhaniram. Pinuri ng mga pulis ang katalinuhan ni Sohan at binigyan din siya ng gantimpala. Mahal na mahal siya ng ama ni Sohan.

Ipinakita ni Sarang ang kuwentong ito sa kanyang ina, na lubos na natuwa. Hinikayat niya si Sarang na magsulat pa ng mga kuwento.

Habang tumatanda si Sarang, lalo siyang naging malikhain. Minsan ay nagkaroon ng story writing competition na inorganisa sa paaralan. Lumahok din si Sarang sa paligsahang ito at tumanggap ng parangal. Pinagpala siya ng lahat ng guro. Mahal na mahal siya ng kanyang ina.

Nang matulog si Sarang nang gabing iyon, nanaginip na naman siya ng fairyland. Mahal na mahal at pinagpala siya ng Fairy Queen. Muli silang gumagala doon sa gitna ng mga diwata.

Ang Golden Swan

Noong unang panahon, sa isang nayon, may isang lalaking nakatira na nagngangalang Budhua. Isa siyang manghahabi sa propesyon. Dati ay naghahabi siya ng damit at ibinebenta sa palengke. Masigasig siyang nagtrabaho mula umaga hanggang gabi maghapong naghahahabi. Sa kabila ng kanyang kasipagan, napakahirap niya. Anyhow naging posible para sa kanya na maisakatuparan ang parehong mga dulo.

Sa kanyang pamilya, dalawa lang ang miyembro. Sa tabi niya, naroon ang kanyang matandang ina na nakatira sa bahay. Matanda na ang kanyang ina. Kitang kita sa mukha niya ang kanyang edad. Halos nakasabit na ang kanyang mga paa sa libingan. Lagi siyang nag aalala para sa kanyang nag iisang anak.

"Paano mabubuhay si Budhua, kapag namatay ako ?" Madalas siyang mag-isip. "Wala nang mag aalaga sa kanya. Ang takot kong ito ay hindi man lang ako papayagang mamatay."

Nag wish siya ng magandang manugang na makakapag alaga sa kanyang anak. Dapat may mag aalaga sa kanya, kapag namatay siya.

Para sa mga mahihirap, malaking problema ang pagkikita ng kabuhayan. Hindi masyadong malaki ang kinita ni Budhua. Halos hindi sapat ang kanyang kinikita para sa kaligtasan ng mag ina.

"Kapag mag aasawa na si Budhua, tataas ang pang araw araw na gastusin at kailangan niyang kumita pa. Bagamat pag ibig ang nasa puso ng bayan, ang nagbubuklod sa lahat ng miyembro ng pamilya. Kahit na sa gayon ang pera ay may mahalagang papel na ginagampanan." Ang matandang ina ay patuloy na nag iisip sa buong araw at gabi. Regular din siyang nanalangin sa Diyos para matapos kaagad ang kanilang kalungkutan.

Ang matandang ina ay palaging nag aalala na maaaring dumating ang isang anghel sa langit at pakasalan ang kanyang anak, na ginagawang maunlad ito. Lumipas ang mga araw, buwan at taon sa gayong mga alalahanin at panalangin.

Isang araw ang mga Diyos ay dumadaan sa bahay ni Budhua. Hindi sila maaaring makilala bilang mga Diyos tulad ng pagbabalatkayo. Napansin nila ang kalagayan ni Buddha at nagpasya silang humingi ng limos sa pagkukunwari ng mga ascetic. Narating nila ang pintuan ni Budhua at kumatok sa pinto. Binuksan ng matandang ina ang pinto at nagtanong.

"Baba ! Ano ba naman "

"Amma! Gutom na gutom si Baba. Kung bibigyan mo kami ng pagkain, mapapala ang mga anak mo."

"Okay." Nakangiting pumasok si Amma sa loob ng bahay at nagdala ng dalawang chapatis at ilang gulay mula sa kanyang share . Ibinigay niya ang mga ito sa Baba na iyon. Binigyan din siya ng babae ng isang basong tubig. Pagkatapos kumain ng pagkain, si Baba ay lubos na nasiyahan at masaya. Sabi niya, "Amma, kung ano man ang gusto mo, hingin mo."

Sagot ni Amma, "Kung ano man ang hinihiling ko, ibibigay mo ba Hindi ka pwedeng tumanggi sa salita mo."

"Pwede kang humingi ng kahit ano, Amma. Laging tinutupad ni Baba ang kanyang salita ."

Ang mga mata ng matandang babae ay puno ng luha. Hindi niya maitago ang mga ito. Sabi niya, "Baba, nais kong makahanap ng angkop na tugma para sa aking anak na si Budhua . Kapag siya ay nag asawa at namuhay ng masagana, ako ay pupunta sa tirahan ng Diyos na may kapayapaan."

"Kaya na nga." Sa pagsasabi nito, naglakbay si Baba.

 Isang gabi, nang bumalik ang araw sa bahay at unti-unting kumalat ang kadiliman sa lahat ng dako ng gabi. Ang maliwanag na pilak na buwan ay lumitaw sa kalangitan at nagsimulang lumiwanag. Sa hatinggabi, lahat ay dozzed off. Isang swan ang biglang lumitaw sa loob ng bahay ng matandang babae. Walang nakakaalam ng presensya nito. Pumasok ito sa silid nang tahimik kung saan ginagamit ni Budhua ang paghabi ng tela sa mga hibla. Ang balahibo ng swan ay nagliliwanag sa ningning ng isang napakaliwanag na ginintuang liwanag. Pagkapasok ng swan sa silid, kusang nagsara ang pinto.

Sinimulan ng swan ang paghabi ng tela gamit ang makukulay na mga sinulid na naroroon na doon. Masigasig itong nagtrabaho buong gabi. Bago pa man masira ang unang sinag ng umaga, nawala ang swan na naiwan ang pinagtagpi na tela.

Nagising si Budhua gaya ng dati kinaumagahan. Matapos makumpleto ang kanyang regular na routine sa umaga, naghanda na siya sa trabaho. Pagpasok pa lang niya sa kanyang silid, may nakita siyang kamangha mangha. Doon, nakita niya ang isang napakalambot at napakagandang tela na may malasutla. Naisip niya kung saan nagmula ang tela na ito. Sigurado siyang wala ito sa lugar na iyon noong nakaraang araw. Nang hindi niya makuha ang sagot, pinuntahan namin ang kanyang ina upang malaman ang katotohanan.

"Ina! Ina! Kailan mo hinabi ang napakagandang tela "

"Oh, Budhua! Ang anak ko. Nagbibiro ka ba. Ang simple mo naman, tutal. Matagal na akong hindi naghahabi ng tela. Goodness, ilang taon na rin ang nakalipas mula nang dati akong maghahabi. Ipaalam mo sa akin, ano ang bumabagabag sa iyo "

"Ina, may magandang tela na nakahiga sa kwarto ko. Akala ko nagawa mo na ang trabaho." sagot ni Budhua.

"Saan ba yun Hayaan mo makita ko ang sarili ko. Hindi ako makapaniwala." Nagulat din ang kanyang ina.

"Sumabay ka na sa akin." Hawak ang kamay ng kanyang ina, lumapit siya sa kanyang silid.

"Eto na nga. Ngayon ay nakikita mo na. Sinungaling ba ako "

Hindi makapaniwala ang matandang babae, ang kanyang nakita. Ang patuloy na sabi ng anak.

"Tingnan mo ito, ina! Di ba maganda talaga Nakakita ka na ba ng napakagandang tela? Naisip ko na baka pinagtagpi tagpi mo ito, kaya nga ako nagtatanong."

"Oo nga pala! Ito ay talagang napaka ganda ng tela. Ang pino at malambot din nito. Budhua, tiyak na nakalimutan mo na ito matapos itong habihin? Kung hindi, sino pa ang gumawa nito? Wala namang tao maliban sa amin ng dalawa sa bahay." Pagkatapos ay napatingin na siya sa mukha nito.

"Ina, alam kong hindi ako ganoon katalino. Pero matalas ang memorya ko. Naaalala ko na rin ang mga bagay bagay." Sagot naman niya.

"Baka naman si Budhua ay medyo simpleton, pero hindi naman siya nakakalimot kaya hindi niya maalala kung ano ang pinaghabi niya at kung ano ang hindi niya nagagawa." Napagtanto ni Inay.

"Okay lang ba na dalhin ko ito sa palengke at ibenta " May magandang ideya si Budhua sa kanyang isipan.

Ibinahagi niya ang kanyang ideya sa kanyang ina. "Sige na, anak. Kailangan mo nang umalis. Sinagot ng Diyos ang aking mga panalangin at tinulungan kami nang palihim." Sagot naman nito. "Siya ang tumutulong sa lahat."

Nagpunta si Budhua sa palengke at ipinagbili ang tela. Nakatanggap siya ng mataas na halaga para dito. Umuwi si Budhua kinagabihan. On the way, bumili siya ng mga eatables. Nang ipakita niya ang kanyang kinikita sa kanyang ina, nanlaki ang mga mata nito sa pagkamangha. Kumain silang dalawa ng masaganang pagkain at natulog.

Paulit ulit din ang nangyari nung gabing iyon. Isang gintong swan ang lumitaw na naglalabas ng ginintuang liwanag at nawala bago ang pagsikat ng araw. Muli ay walang nakakita sa kanya. Muling nag iwan ng tanong sa mga mata ng mga kapamilya ang habihang tela na nakahiga doon. Ang parehong bagay ay nagsimulang nangyayari araw araw. Nagtataka si Budhua noon at nagpasyang alamin ang dahilan at ang taong tumutulong sa kanila sa lihim na paraan.

Nagpasya siyang alamin ang katotohanan. Nang araw na iyon ay muli siyang nagpunta sa palengke at ibinenta ang magandang tela na parang sutla sa mataas na halaga.

Tuwang tuwa si Budhua at ang kanyang ina habang regular silang nakakain ng masasarap na pagkain. Mabagal na naging gabi ang araw at dumating ang oras na hinihintay ni Budhua.

Sabik na sabik siyang mabunyag ang misteryo. Nakatulog ang matandang babae at patuloy na naghihintay ang anak na makita ang misteryosong katulong. Biglang kumalat ang isang ginintuang liwanag sa paligid.

"Oh! Anong uri ng liwanag ito? Nananaginip ba ako " Hinimas himas niya ang kanyang mga mata. Nang imulat niya ang kanyang mga mata, may nakita siyang hindi kapani paniwala. Isang gintong swan ang tahimik na pumapasok sa kanyang silid.

"Ah, ano ba ito Isang ginintuang swan?" Nanlaki ang mga mata ni Buddha dahil sa gulat. Muli niyang hinagod ang kanyang mga mata upang maalis ang anumang uri ng kalituhan. Siya exclaimed, "Ito ay talagang isang ginintuang swan ! Isang ginintuang swan na may tulad na magandang ginintuang balahibo! Nakita ko na ang napakagandang swan sa buhay ko." Masayang bulalas niya.

"Gaano kaganda ang ginintuang liwanag na nagmumula sa mga pakpak nito?"

"Hindi napigilan ni Budhua ang kanyang kuryusidad. Sinundan niya ang swan. Pagkapasok nito sa silid, awtomatikong naka lock ang pinto mula sa loob. Hindi siya makapasok sa kwarto. Sa bintana lang siya nakasilip. Ang nakita niya roon ay sapat na upang siya ay mabigla. Paano ba maghabi ng tela ang isang sisne Sa wakas, naputol ang kanyang pasensya. Biglang nawala ang swan. Isang batang babae ang lumitaw doon bilang kapalit ng swan. Binasag ni Budhua ang kanyang katahimikan. Tinanong niya ito, "Sino ka ? Ano ang ginagawa mo dito? Paano ka nakarating dito? Sabihin mo sa akin ang lahat tungkol sa iyong sarili.

Sagot ng dalaga, "Hansika ang pangalan ko. Ako ay nag iisa sa mundong ito. Isinumpa ako ng isang santo nang tumanggi akong bigyan siya ng isang basong tubig. Sa sandaling iyon ako ay naka swan."

"Ngayon ay malaya na ako sa sumpa," patuloy na sabi ni Hansika. Sa kanilang pag uusap, nakiisa rin sa kanila ang ina.

Pagkatapos ay itinanong ni Budhua, "Pakakasalan mo ba ako?"

Sa pahintulot ni Hansika at ng kanyang ina, ikinasal si Budhua kay Hansika. Nagsikap sina Hansika at Budhua na maghabi ng tela at ibenta ito sa palengke sa mataas na presyo. Hindi na kailangang sabihin, ang mga araw ni Buddha ay nagbago para sa mas mahusay. Sa ganitong paraan, sa mga pagpapala ng pantas, naging masaya rin ang buhay ng ina ni Budhua.

Kwento ng cradle

Noong unang panahon ay may isang mahirap na babae na naninirahan na nagngangalang Bharati. May kuwento kung paano mabagal na pumasok ang kahirapan sa kanyang buhay. May panahon na dati ay parang reyna ang buhay niya. Malaki ang negosyo ng kanyang asawa. Gayunpaman, dahil sa ilang mga

pangyayari, nagbago ang mga oras at kinailangan niyang magtiis ng isang malaking pagkawala sa kanyang negosyo . Maliit ang pamilya nilang tatlo. Isang asawa, isang asawa at isang maliit na kaibig ibig na anak na babae. Kahit papaano ay determinado silang harapin ang mga negatibong sitwasyon sa positibong paraan. Nang magtayo ng bagong negosyo ang lalaki, kailangan niya ng kaunting oras para makamit ang taas. Si Bharati ay may maraming pasensya at pag asa. Lubos siyang nanalig sa Diyos. Nang sila ay mabiyayaan ng mabuting kalusugan at kayamanan, sila ay lubos na mabait sa mga mahihirap at nangangailangan. Alam nila na ang masasamang panahon ay iiwan ang pagpapadala pabalik ng mabuti. Ang buong atensyon ni Bharati ay ang maingat na pagpapalaki sa kanilang anak. Determinado siyang magbigay ng mas magandang buhay sa maliit. Minsan wala siyang dala dala na pera. Tuwing kailangan niya ng pera para sa mga pangangailangan ng kanyang anak, may mga lumang gamit siyang ibinebenta na ipinagkaloob sa kanila ng kanilang mga ninuno. Sa mga kinita niyang iyon, natupad niya ang lahat ng pangangailangan ng kanyang anak. Sa paglipas ng panahon, medyo malaki na ang kanyang anak na babae at handa na siyang pumasok sa paaralan. Natural na pananagutan ng mga magulang na magbigay ng magandang edukasyon sa kanilang mga anak. Ito ay isang bagong hanay ng mga

responsibilidad sa kanyang harapan. Tila mahirap ang sitwasyon at maaaring kailanganin ng mga solusyon na magsakripisyo nang malaki.

Isang araw, habang pinag iisipan kung paano pamahalaan ang kanilang pinansiyal na sitwasyon, napansin ni Bharati ang isang lumang kahoy na cradle sa kanyang bahay .

"Maaaring mahalaga ito." Naisip niya. "Sa tingin ko pag aari ito ng ating mga ninuno." Medyo nalilito siya. Kung sino ang tatanungin at paano magpapasya, patuloy siyang nag-isip nang dalawang araw. Ang kanyang asawa ay nasa labas ng lungsod para sa kapakanan ng negosyo . Nang wala na siyang magawa, nagpasiya siyang ibenta ang lumang Ancestral Cradle. Bagamat ayaw niyang ibenta ito dahil napakahalaga at luma na ang cradle. Ilang henerasyon na siyang ginagamit ng mga bata sa kanyang pamilya mula pa noon.

"At ngayon ay ang turn ng aking anak na babae. Madalas din niya itong gamitin. Maganda at kama niya at dula dulaan din. Parang lap ng ina sa kanyang kawalan. Ngayon ay napipilitan akong ibenta ito. Hindi ako masaya sa sarili kong desisyon . O Diyos! Patawarin mo sana ako dahil para lang sa tungkulin."

Ang Ancestral Cradle ay isang mahalagang pamana na ipinasa sa pamamagitan ng mga henerasyon. Bagaman nag aatubili na ibenta ito habang hawak nito ang sentimental at makasaysayang halaga, nadama ni Bharati na napilitan itong gawin ito para sa pag aaral ng kanyang anak na babae.

Nagpasiya siyang maglagay ng patalastas para ibenta ang kahoy na cradle. Isang mapagbigay na ginang na nagngangalang Arti na nag iisip na bumili ng cradle para sa kanyang anak na babae ang nakakita ng patalastas at nakipag ugnayan kay Bharati. Nagustuhan niya ang cradle at binili ito, na nagbigay kay Bharati ng mga kinakailangang dolyar upang matupad ang mga kinakailangan sa paaralan ng kanyang anak na babae. Masayang umuwi si Bharati, binili ang lahat ng kailangan at pinapasok ang kanyang anak sa paaralan.

Samantala Arti na ay bumili ng cradle, ater ilang oras natanto na ito ay lubos na matanda sa kabila ng pagiging malakas at maganda.

Gayunpaman, naisipan niyang ibenta ito upang makabili ng bago para sa kanyang anak. Hindi nagtagal, may auction para sa mga lumang gamit na nangyayari sa malapit. Nagpasya si Arti na i auction ang cradle. Nagulat siya nang mas mataas ang bidding ng cradle kaysa inaasahan niya. Ang halaga na natanggap niya ay higit na malaki kaysa sa kanyang binayaran kay Bharati. Pagkatapos, naalala niya ang dating may ari ng cradle, si Bharati, na napakahirap kaya kinailangan niyang ibenta ang kanyang ancestral cradle upang matugunan ang mga pangangailangan ng kanyang anak na babae. Natagpuan niya ang contact information ni Bharati at agad siyang nakipag ugnayan.

Namangha si Arti nang malaman ang tungkol sa mga paghihirap sa pananalapi ni Bharati at ang dahilan sa likod ng pagbebenta ng cradle. Dahil naantig sa kuwento ni Bharati, nagdesisyon si Arti. Tinawagan niya si Bharati at ipinaalam sa kanya na ihahati niya sa kanya ang kalahati ng natanggap na halaga mula sa auction. Napaluha si Bharati sa pasasalamat kay Arti. Marami siyang pinasalamatan sa kanya. Ngayon ay napakalaki na ng kanyang pera kaya matapos matupad ang lahat ng pangangailangan ng buong pag aaral ng kanyang anak, hindi ito mauubos sa loob ng ilang taon. Sa huli, niyakap ni Arti si Bharati, na nagsasabi, "Ang cradle na ito ay palaging sa iyo, at mayroon kang pantay na karapatan sa pera na ito tulad ng ginagawa ko. Mas natutuwa ako na natulungan ko ang tunay na may ari ng cradle." Paulit ulit na nagbayad ng maraming pasasalamat si Bharati.

Sa pakiramdam na nasiyahan sa paggawa ng isang mahusay na trabaho, si Arti ay tumalikod din patungo sa kanyang tahanan. Ang kagalakan ng pagbibigay at pagbabahagi ay laging mas malaki kaysa pagtanggap, natanto niya.

Ang Imbensyon ni Veeru

Noong unang panahon ay may isang gubat na ang pangalan ay Kanjakvan. Doon nakatira si Bholu bear at ang kanyang pamilya. Marami pang ibang hayop ang nanirahan din sa kagubatan na ito. Si Sheru, ang leon ang hari ng gubat. Buong araw siyang gumagala sa gubat kasama ang kanyang pamilya at dati ay natutulog sa kanyang lungga sa gabi. May isang mapagbantay na giraffe na nagngangalang Gunnu sa gubat na maaaring makakita ng panganib mula sa malayo gamit ang kanyang mahabang leeg. Ang elepante ng Appu ay napakaputi na parang niyebe. Napakaganda niya kaya nakipagkumpitensya siya sa sikat na elepante na nagngangalang Airavat ng langit. Sa ganitong paraan, ang kagubatan na nagngangalang Kanjakvan ay may masayang kapaligiran palagi. Sa isang lugar ay maririnig ang matamis na tinig ng mga ibong umuungol sa araw . Masaya silang lumilipad mula sa isang puno patungo sa isa pang puno at sa paligid. Ang ilan sa kanila ay gumawa ng kanilang mga pugad sa mga puno. Ang palagi nilang pagkukwentuhan ay nagdagdag sa kagalakan ng gubat; maging ang kanilang presensya ay naging masigla ang gubat. Naroon din si Manthara, ang soro at si Manu, ang unggoy; na, sa kanilang talino at kakulitan ay nanatiling mapagbiro ang kapaligiran. May iba't ibang iba pang mga hayop na naninirahan sa Kanjakvan na nagbigay ng halimbawa ng pag ibig, kapatiran at pagkakaisa.

Gayunpaman, may isang bagay na kulang sa Kanjakvan. Walang madaling mapagkukunan ng maiinom na tubig, iyon ang tubig na ligtas inumin. Walang mga lawa o balon sa Kanjakvan. Dati may lawa kanina, na natuyo dahil sa sobrang init tuwing summer. Matagal na rin kasi hindi nabuhos ng ulap ang tubig. Parang nagwelga sila sa hindi alam na dahilan. Tuwing nauuhaw ang mga residente ng Kanjakvan, kailangan nilang pumunta sa kalapit na Champakvan, ang gubat sa kanilang lugar. Ang mga naninirahan sa Kanjakvan ay nagtiis ng kanilang mahirap at tuyong buhay na may pakiramdam ng pagtanggap, isinasaalang alang ito ang kanilang kapalaran.

May kasabihan na hindi mas dakila ang kapalaran kaysa sa pagkilos. Ang mga kilos na ginawa sa tamang direksyon ay may kapangyarihang baguhin ang kapalaran. Tulungan ng Diyos ang mga taong tumutulong sa kanilang sarili. Ang batang henerasyon ng Kanjakvan ay hindi nakaupo nang walang ginagawa sa nakatiklop na mga kamay. Patuloy silang nagsisikap na malagpasan ang problema ng kakulangan ng tubig. Ang kanilang pagsisikap ay kahit papaano ay magkaroon ng inuming tubig sa pinakamalapit upang maging medyo madali ang buhay ng mga taong ito. May isang siyentipikong grupo sa mga kabataan na patuloy na nagsikap na gumawa ng bago. Ang mga miyembro ng grupong ito ay lubos na matalino at pinanatili ang kanilang sarili na nakikibahagi sa paglikha ng isang bagay na bago, kapaki pakinabang at kawili wili. Dati rati ay natututuhan nila ang mga pagsulong ng teknolohiya noong mga panahong iyon. Veeru, ang pinuno ng grupong ito ay ang nakatatandang anak ni Manu unggoy. Nag aral siya sa grade ten. Anuman ang oras na naiwan niya pagkatapos ng kanyang regular na pag aaral, inilaan niya ito nang buo sa kanyang gawain sa pananaliksik. Naging lab rat na siya para makamit ang kanyang Target. Veeru nagsagawa ng iba't ibang mga eksperimento. Gusto niyang makahanap ng solusyon sa problema ng kakulangan ng tubig sa lalong madaling panahon. Para magkaroon ng malinis na inuming tubig ang lahat.

Sa wakas, nagbunga ang pagsisikap ni Veeru at ng kanyang koponan at nakahanap sila ng solusyon.

Ang solusyon noon ay 'Chapakal,' na ang ibig sabihin ay hand pump. Dito, ang isang napakahabang tubo ay malalim na nakabaon sa lupa. Pagkatapos, sa tulong ng isang piston, balbula at lever. Ang tubig ay dinala mula sa lalim ng lupa patungo sa ibabaw. Ang matapang na kabataan ng Kanjakvan ay nag imbento ng teknolohiya at inilapat ito upang gumawa ng isang 'Chapakal.'. Nag install sila ng 'Chapakal' at gumana ito. Nagsimulang lumabas ang tubig sa lupa. Ang tubig ay napakalinis pagkakaroon ng magandang lasa. Ang mga kabataan ng Kanjakvan ay nagpakita ng himala. Sa kanilang kasipagan ay naging katotohanan ang kanilang pangarap. Ang malinis na tubig ay naging available sa kanila na medyo hindi gaanong nagsisikap sa kanilang paligid.

Isang alon ng kagalakan ang kumalat sa buong Kanjakvan. Lahat ng hayop ay namumulaklak sa kaligayahan. Medyo nabawasan ang hirap sa buhay nila. Ngayon, ang mga bata ay hindi na kailangang magdusa sa uhaw at ang mga babae ay hindi na kailangang kumuha ng tubig mula sa malalayong mga gubat. Nagkaroon ng pag agos ng kagalakan na kumalat sa buong gubat, Kanjakvan.

Isang araw, ang matandang konseho ng mga residente ng Kanjakvan ay tumawag para sa isang pulong. Ang layunin ng pulong na ito ay upang parangalan ang batang koponan ng mga siyentipiko na, na may walang uliran na dedikasyon at masipag na trabaho ay nagtrabaho sa pagbibigay ng availability ng tubig sa gubat. Ang pagsisikap na ito ay tunay na karapat dapat na pagkilala. Isinakripisyo nila ang kanilang personal na kaginhawahan at ipinagkaloob ang bagong buhay para sa lahat. Isang auspicious day ang nagpasya sa meeting para sa award distribution ceremony, na magiging grand celebration.

Sa ilalim ng malaking puno ng banyan, maganda ang dekorasyon ng isang grand stage. Ang responsibilidad ng pamamahala ng programa ay ipinagkatiwala sa Appu ang elepante, na kinuha ang singil na may isang mikropono sa kamay. Ang lahat ng mga residente ng Kanjakvan ay naroroon sa kaganapan, na sumasakop sa kanilang mga upuan sa mga upuan. Si Veeru, ang kinatawan ng batang pangkat ng siyensiya, ang namuno sa mga paglilitis. Nang tawagin ang pangalan ni Veeru upang tanggapin ang award, sinalubong siya ng buong madla ng palakpakan. Appu, inangat siya ng elepante sa kanyang likod at inikot ang buong stage. Tumunog ang tunog ng pagpalakpak, na umaalingawngaw sa buong kagubatan. Sa mga programang pangkultura at pamamahagi ng prasad, matagumpay na natapos ang kaganapan. Sa mga mata ni Manu unggoy ay tumulo ang luha ng kagalakan, at ang kanyang mukha ay nagniningning ng matagumpay na ngiti. Kasi nga, anak niya si Veeru, at ngayon ay pinararangalan siya. Ngayon, pinagsisihan niya ang mga panahong dati ay pinagsasabihan niya si Veeru noong bata pa siya at tinutukso siya habang nag aaral. Nang bumaba si Veeru mula sa entablado dala ang medalya, dumiretso siya sa kanyang ama at yumuko upang hawakan ang kanyang mga paa. Ngunit hindi pinalampas ni Manu manong unggoy ang pagkakataong ito. Sumulong siya sa pagyakap sa kanyang anak. Ang bagong imbensyon na ginawa niya ay nagdagdag sa kanyang pagmamataas.

Recharge para sa Hand pump

Ang buhay para sa mga residente ng Kanjakvan ay naging medyo mas madali sa tulong ng madaling ma access na tubig. Ngayon, hindi na nila kailangang pumunta sa kanilang kalapit na Champakvan para sa bawat balde ng tubig. Pinuri ng lahat ng mga naninirahan sa kagubatan si Manu Veeru at namuhay sila nang masaya sa loob ng maraming taon. Nalinis ni Veeru ang kanyang mga pagsusulit sa ikalabindalawang grado na may mahusay na mga marka.

Ang mga residente ng Kanjakvan ay nanawagan para sa isang pulong isang araw. Binati nila ang mga anak ng isa't isa sa kanilang mahusay na resulta ng pagsusulit, na siyang pangunahing agenda ng pagpupulong. Nagkaisang nagpasya na sa susunod na Linggo, isang malaking kapistahan ang ioorganisa sa Kanjakvan, kung saan magtitipon ang lahat ng mga hayop at ang kanilang mga pamilya. Sa panahon ng kapistahan, binalak nilang talakayin ang mga plano sa edukasyon sa hinaharap para sa kanilang mga anak.

Noong Linggo, ang mga kaayusan para sa mga upuan ay ginawa malapit sa pinakamalaking puno ng banyan. Medyo malayo, may mga mesa para sa pagkain at mga kaayusan para sa tubig. Biglang napansin ng lahat na si Chimpu, ang giraffe ay umiindayog sa kanyang mahabang leeg, sinusubukang sabihin ang isang bagay. Gayunpaman, walang sinuman ang maaaring maunawaan ang kanyang sinusubukang sabihin. Hindi pa nagsisimula ang piging. Ang mga pag aayos ng pagluluto ay ginawa sa kalapit na parke. Ang aroma ng mga putahe ay nagpapabilis sa gutom ng panauhin. Lahat ay nagugutom at sabik na naghihintay ng masarap na pagkain. Nagsimulang tumitig ang kanilang mga mata sa mga mesa na mapupuno ng iba't ibang putahe sa maikling panahon. Sa pag aabang na ito, may mga taong pabalik balik na nag pacing. Ang ilan ay matiyagang nakaupo sa mga upuan. Ang mga bata ay sumasayaw sa D. J.

Chimpu, paulit ulit na may gustong sabihin ang giraffe. Walang nagbigay pansin sa kanya dahil sa maraming ingay doon. Bukod dito, hindi makapagsalita si Chimpu sa malinaw na paraan. Maya maya pa, napansin siya ni Appu, napansin siya ng elepante, tinawag siya nang may pagmamahal at nagtanong, "Chimpu, ano ang nakakabagabag sa iyo Matagal mo nang gustong sabihin. Sabihin mo sa akin, ano ba "

"Appu Lolo! Tingnan mo, hindi gumagana ang handpump . ? Ito ay lumikha ng isang problema dito. Hindi ba't masisiraan nito ang lahat ng saya ng party " Nagawa ni Chimpu na ipahayag ang kanyang pag aalala, panting habang nagsasalita.

Tiniyak sa kanya ni Appu Elephant, na nagsabing, "Chimpu, mahal ko! Huwag kang mag alala sa lahat. Anyhow makakahanap tayo ng solusyon para sa thhe problem. Sumabay ka na sa akin."

Sina Chimpu Giraffe at Appu Elephant ay kapwa tumungo sa hand pump. Nang maabot, nakita nila si Manu Monkey na nakatayo roon kasama ang kanyang anak na si Veeru. Si Veeru ang nag ooperate ng hand pump at si Manu naman ay umiinom ng tubig.

Nang makita ito, nanlaki ang mga mata ni Chimpu sa pagkamangha. Nang tumingin sa kanya si Appu na may nagtatanong na tingin, si Chimpu ay nag stammered at sinabing, "Hindi, hindi, nagsasabi ako ng totoo. Nung nag operate ako ng hand pump ngayon lang, wala akong tubig . Kaya nga ako pumunta para ipaalam sa iyo."

Veeru consoled kanya, "Chimpu, Ikaw ay tama. Totoo nga na hindi nagbibigay ng tubig ang hand pump ilang minuto na ang nakakaraan. Kahit nung inoperahan ko ito, hindi agad lumabas ang tubig. Ngunit alam ko kung saan makikita ang kupon ng recharge ng kamay-pump. Sa pamamagitan ng pagbubuhos ng kaunting tubig sa pipe na may isang baso o mug at patuloy na pagpapatakbo ng hawakan, ito ay makakakuha ng recharged. Pagkatapos ay nagsisimula itong magbigay muli ng tubig. Ganun din ang ginawa ko at ngayon makikita mo, its working. Kailangan mong mag alala kung haharapin mo ang parehong problema sa hinaharap. Mag apply lamang ng parehong trick at muling singilin ito sa isang mug ng tubig. "

Lahat ng hayop ay lubos na natuwa sa presensya ng isip ni Veeru. Pumalakpak si Chimpu at nagsimulang tumawa. Ngayon, nag enjoy silang lahat sa party.

Ang Araw ng Kampeon

Magkapatid sina Sheetal at Sunny. May edad na walong taon ang pagkakaiba ng dalawa. Si Sheetal ang panganay ng kanyang mga magulang habang ang pagdating ni Sunny sa pamilya ay nangyari walong taon matapos ang Sheetal's. Ang kuwentong ito ay nangyari na nagsimula nang si Sunny ay nasa edad na tatlong taon at si Sheetal ay naging labing isang taong gulang. Sobrang mahal ni Sheetal ang kapatid. Tinignan din niya ito kasunod ng mga tagubilin ng kanyang mga magulang. Dahil hindi pa bata si Sunny, hindi niya kayang laruin ang lahat ng larong gusto niyang laruin. Siya ay nagkakaroon ng kanyang sariling mga uri ng mga laro na kung saan siya ay ginagamit upang i play. Dahil dito, kinailangan ni Sheetal na makipaglaro sa kanya ang isa pang kalaro.

Ang kanyang ama Venkatesh ay dumating sa isang solusyon sa kanyang problema. Binigyan niya ng magandang samahan ang kanyang anak sa pakikipagkaibigan sa kanya. Isinali niya ito sa homework, isinama sa mga lakad at nilalaro. Naglaro si Sheetal kasama ang kanyang mga kaibigan sa paaralan at natuwa siya sa pagsama ng kanyang mga kaibigan sa kapitbahayan. Ang paglalaro pa rin sa kanyang ama ang pinaka enjoyable para sa kanya.

Tuwing Linggo, naglalaro ng chess sina Sheetal at ang kanyang ama. Ang ina ni Sheetal na si Radhika, ay nanatiling abala sa mga gawaing bahay o trabaho sa opisina. Tuwing may libreng oras siya, kailangan niyang alagaan ang kanyang anak at gawin itong matuto ng mga bagong bagay.

Mahilig si Tatay sa larong chess. Sinimulan niyang coach ang kanyang anak na babae upang matutong maglaro ng larong ito sa edad na anim. Karaniwang matalas ang isip ng mga bata. Mas mabilis silang matuto ng mga bagong bagay kaysa sa mga grown ups. Sheetal din, mabilis na natutong palamutihan ang chessboard ng mga pawn at pinagkadalubhasaan ang tamang mga galaw. Si Venkatesh ay may pangarap na ang kanyang anak na babae ay maging kampeon sa laro ng chess tulad ng dakilang Vishwanathan Anand. Kahit gaano pa siya ka busy ay hindi niya pinalampas ang chess class para mag coach sa anak nito.

Nang maupo ang mag ama sa tapat ng chessboard, parang maglalaro sila. Sa halip ay nasa larangan sila ng digmaan kung saan determinado ang bawat koponan na manalo. Kung minsan ay kinukuha ni Itay ang kabalyero ni Sheetal, at kung minsan naman ay ang kanyang mga pawn. Minsan, binabalaan niya ito na nagsasabi, "Tingnan mo, Sheetal, wala na ang reyna mo." Pagkatapos ay iiyak na si Sheetal, "Itay!"

Maya maya pa, sasabihin ni tatay, "Sheetal, naka check ang king mo. At saka, checkmate." Tapos maiinis siya. Ipapakita niya ang kanyang galit sa pamamagitan ng pag flipping ng buong chessboard.

"Ngayon, hindi kita lalaruan. Niloloko mo ako sa laro. Hindi na kita kakausapin."

Actually malakas ang pagka aversion ni Sheetal sa pagkatalo. Pag aaral man o laro, ang gusto lang niya ay mga tagumpay sa kanyang share. Gayunpaman, sa laro ng chess, hindi pa siya mataas ang kasanayan at karaniwang nahihirapan na manalo. Magaling maglaro ng chess si Itay. Wala nang ibang kaibigan si Sheetal na makakasama niya sa chess. Madalas siyang matalo sa tatay niya. Busy si mama, bata pa si Sunny at kailangan niyang maglaro sa tatay niya.

Isang Linggo sabi ni tatay, "Sheetal, sige. Maglaro na tayo. Dalhin ang chessboard kasama ang mga piraso."

Hindi interesado si Sheetal sa lahat. Tumanggi siya, "Hindi, ama. Wala ako sa mood maglaro."

"Oh! Mahal ko, ano ang nangyari? Sige na nga. Magmadali ka. Marami kang masisiyahan." Pilit niyang sabi.

"Hindi po, dad. Marami pa akong kailangang tapusin na homework."

"Halika na, mahal ko. Day off ngayon. Pwede mo na gawin ang homework mo mamaya."

Actually, hindi naman homework ang pinag uusapan. Ganoon din ang problema. Isang batang babae na laging gustong maging isang panalo, ay hindi naging tulad ng isang dalubhasa pa upang manalo sa laro sa kanyang ama. Hindi niya gustong matalo at hindi siya pinayagan ng kanyang tatay na manalo habang naglalaro sa kanya. Nang patuloy na igiit ng ama na si Venktesh ang laro, sinabi niya, "Ayaw kong makipaglaro sa iyo dahil alam kong hindi rin ako mananalo sa pagkakataong ito." Nang sabihin ito ay iniwas niya ang mukha.

"Oh! Ang aking kaibig ibig na anak, huwag kang magalit." Pinipilit ng ama na pasayahin ang kanyang anak. Minsan kapag naiinis ang mga bata, parang sobrang cute nila, kaya kamukha ni Sheetal. Ang daming effort, kinailangan ng daddy niya na muling magpasaya sa kanya at maghanda na siya sa paglalaro.

"Ikaw ang matapang kong anak. Huwag kailanman sumuko bago maglaro bilang paglalaro ng laro ay ang pangunahing hakbang patungo sa tagumpay."

Ang ideyang ito ay nag click sa kanyang isipan at siya ay handa na upang i play.

Iyan ay tinatawag na espiritu ng sportsmanship. Laro man ito o buhay, dapat kang magtuon sa iyong bahagi; Maghanda at gumanap sa iyong antas ng pinakamahusay. Huwag kailanman matakot sa resulta.

Tapos d nagsimulang mag muutter, "Natatakot din ako na mawalan."

Nang marinig ito, may ngiti sa mukha ni Sheetal. Hindi na siya nag-alala sa resulta. Tapos nagsimula na ang laro.

"Noong bata pa ako, dati ay nakikipaglaro ako sa lolo mo. Ako, iiyak din kapag natalo, tulad mo. Noon sinabi sa akin ng lolo mo, 'Makinig ka, Venkatesh! Ituring ang pagkatalo bilang iyong guro. Matuto mula sa iyong mga pagkakamali at maghanda para sa tagumpay. Isang araw, ikaw ay magiging isang kampeon.'Venkatesh nagpatuloy habang naglalaro masyadong."

Pagkatapos, nang lumingon siya sa kusina, tinawag niya ang kanyang asawa, "Makinig ka, Radhika! Nasaan ang ating mga manonood. Kailangan namin ang mga ito upang lumikha ng isang masayang kapaligiran upang dalhin ang pinakamahusay sa labas ng mga manlalaro. Sana po ay lumapit kayo at umupo sa amin. Magsisimula na ang laban ngayon.

Hindi nagtagal ay dalawang higante ang naglalaro ng battle chess. Si Sheetal at ang kanyang ama ang mga manlalaro. Ang kanyang ina at kapatid ang mga manonood. Patuloy nilang pinasaya ang mga manlalaro paminsan minsan.

Tuwang tuwa si Sheetal at sinabing, "Halika, Dad. Sa pagkakataong ito, ako ay pagpunta sa talunin ka."

Si Tatay ang nag set up ng chessboard at ikinalat ang mga piraso dito. Tinanong niya, "Sabihin mo sa akin, maglalaro ka ba bilang itim o puti?"

"Puti."

Sina Venkatesh at Sheetal ang nag ayos ng mga piraso ng chess sa pisara.

Inayos nila ang lahat ng piraso. Sa unang hanay, inilagay nila ang rook sa unang kahon, ang kabalyero sa ikalawa, ang obispo sa ikatlo, ang reyna sa ikaapat, ang hari sa ikalima, ang kamelyo sa ikaanim, ang kabalyero sa ikapito, at ang rook sa ikawalo." Inayos ni Tatay ang lahat ng piraso para sa kanyang tagiliran at si Sheetal sa gilid ng kanyang. Naayos na niya ang lahat ng piraso niya sa isang hilera sa kanyang tagiliran. Pagkatapos ay tinulungan siya ng ama na ayusin ang natitirang mga piraso. Nagsimula ang laro at di nagtagal ay dumami ang mga nahuling piraso sa larangan ng digmaan.

Palaging nakatuon ang atensyon ni Tatay sa mga emosyon na umuusbong sa mukha ni Sheetal.

Ang laro ay medyo kawili wili. Palakpakan ng malakas si Sheetal kapag naramdaman niyang matatalo ang ama nito sa tugma. Sumigaw siya, "Inay, mananalo ako sa pagkakataong ito."

Pagkatapos, hahaplos ni Inay si Sheetal sa likod, at si Itay ay mapaglarong magpanggap na umiiyak.

Patuloy na pinalakas nina Sunny at mom ang morale ng mga manlalaro sa pamamagitan ng patuloy na pagpalakpak. Sa sandaling iyon, naramdaman ni dad na kinakabahan na si Sheetal. Kaya, sinadya ni tatay na nagsimulang matalo at sa pagkakataong ito ay hinayaan niyang manalo ang kanyang anak na babae sa pamamagitan ng paglalagay ng ilang mga pagsisikap na may malay. Masayang masaya si Sheetal sa kanyang unang panalo sa laro ng chess.

Sabi ni mama, "Halika, bilisan mo, mag impake ka agad ng laro, at tumungo ka sa hapag kainan para sa tanghalian."

At nagpatuloy ang lahat sa hapag kainan para sa tanghalian.

Sa ganitong paraan, habang naglalaro at nag eenjoy, si Sheetal ay naging labing isang. Nagbunga ang kasipagan ni Venkatesh. Sa pagitan ng mga nakaraang limang taon, mahusay siyang maglaro ng chess. Lumahok siya sa ilang torneo sa kanyang lungsod at distrito, at nanalo sa marami.

Kahit ngayon, nagkaroon ng chess tournament kung saan nakakuha ng gintong medalya si Sheetal. Lahat ng miyembro ng pamilya ay sumali sa seremonya mula sa kung saan sila umuuwi dala ang medalya. Ang Venkatesh ay pakiramdam partikular na masuwerteng ngayon. Sinabi niya sa kanyang asawang si Radhika, "Naaalala mo pa ba ang araw na iyon nang isilang ang aming Sheetal, at kinutya ka ng aking ina dahil sa pagsilang mo ng isang batang babae? Sa araw ding iyon, nagpasiya akong gawin siyang napaka-kaya para makapagbigay siya ng karangalan sa pangalan ng aming pamilya. Ngayon, kung buhay pa ang nanay ko, maipagmamalaki niya ang mahal naming apo."

Tumango si Radhika bilang pagsang ayon. Ngayon, tumingin siya sa kalangitan at pinasalamatan ang mga Diyos sa langit sa lahat ng mabuti sa kanilang buhay.

makulay na bahaghari ni bhohu

Malugon Bholu

Noong unang panahon, may isang batang lalaki na nagngangalang Bholu. Siya ay isang napaka cute, maganda at chubby sampung taong gulang na bata. Si Bholu ay medyo mischievous at makulit pati na rin matalino. Mahal na mahal siya ng mga magulang ni Bholu at lahat ng kapamilya niya.

Bholu ay hindi gusto pagpunta sa paaralan sa lahat. Ngunit hindi siya pinayagan ng kanyang mga magulang na manatili sa bahay sa isang araw ng pag aaral. Bagamat sinabihan siya ng kahalagahan ng edukasyon at gusto rin niyang mag aral. Ngunit hindi siya makapag focus sa pag aaral nang matagal. Kung ano man ang itinuturo ng kanyang mga guro sa klase, hindi niya ito masyadong matututuhan. Titingnan niya sandali ang guro; pagkatapos ay ibaba ang kanyang ulo at umupo nang tahimik. Upang maiwasan ang takot na matanong, madalas niyang subukang tumingin sa anumang iba pang direksyon.

Isang araw pumasok si Bholu sa paaralan. Ibinalita ng kanyang guro sa agham sa klase, "Mga anak, bukas ay magbibigay ako ng pagsusulit sa klase . Kailangan ninyong basahin nang lubusan ang kabanata at dumating na handa." Tumango ang lahat ng bata sa pagsang ayon. Pag uwi ni Bholu sa bahay, nagsimula siyang maglaro. Nakalimutan niya na kailangan niyang maghanda para sa pagsusulit. Nang matapos ang laro, nag enjoy siya sa pagkain, nanood ng TV at natulog. Sa umaga, habang naghahanda siya para sa paaralan, naalala niya ang tungkol sa pagsubok.

"Oh! Yaar Bholu! Ano ang gagawin mo roon? Wala ka pa namang pinag aralan " Kinakausap niya ang sarili.

"Kailangan kong maghanap ng solusyon. Kung hindi ay magiging malaking problema ito para sa akin."

Bholu naisip ng pagkuha ng isang araw off mula sa paaralan sa araw na iyon . Dahil hindi pa siya nag aaral para sa pagsusulit, hindi maiiwasan ang pagsaway. Pagkatapos ay tumama sa kanya ang ideya. Nagpasya siyang subukan ang ideyang iyon.

"Mummy, mummy," sigaw ni Bholu.

Tumakbo sa kanya ang kanyang ina.

"Ano ba naman Hindi ka ba naghahanda para sa paaralan? Malapit na siguro ang school bus mo," tanong ng kanyang ina.

"Hindi, mummy. Hindi ako makakapasok sa school."

"Bakit ? Ano ang nangyari ?"

"Mummy, grabe ang sakit ng tiyan ko."

Nang marinig ito, nag aalala ang kanyang ina . Hindi niya ito maipadala sa paaralan sa ganoong kondisyon. Pinasulat niya ito ng leave application at ipinasa ito sa kanyang kaibigan. Umubra na ang trick ni Bholu. Siya ay lubos na masaya. Ginawa niya ang sinabi ng kanyang ina at pagkatapos ay nagsimulang gumawa ng isang plano kung paano gagastusin ang buong araw. "Ngayon ay magsasaya ako sa bahay." Naisip ni Bholu .

Nang malapit na sa kanya ang kanyang ina, nagpanggap siyang may sakit ngunit hindi niya ito maipagpatuloy nang matagal.

Kinahapunan, nakaramdam siya ng gutom. Naisip niya, magdadala ang kanyang ina ng masarap na pagkain para sa kanya. Pero hindi siya nagtagumpay sa kanyang misyon. Pinagsabihan siya ng kanyang ina.

"Anak, kapag may sakit ka, hindi mo pwedeng lahat ng uri ng pagkain. Kailangan din ng iyong tiyan ng pahinga. Basta may Oral Rehydration Solution (ORS) ngayon. Inumin mo rin ang gamot na ito at magpahinga ka. Kung ano man ang masarap na ulam na gusto mong kainin, maaari mong magkaroon ng mga ito sa ibang araw. Gumaling ka na agad."

Pagkarinig nito, umiyak na si Bholu. Pakiramdam niya ay gumawa siya ng web para sa kanyang sarili na parang gagamba at nakulong dito. Lihim siyang nangako na hindi siya magsasabi ng anumang kasinungalingan sa hinaharap at hindi shirk work. Pagkatapos ay pasulong Bholu naging mas taos puso sa kanyang pag aaral.

Ang gulo ni Bholu

Isang araw, sa klase ng agham panlipunan, ipinapaliwanag ng guro ang kabanata. Nang matapos ito, nagsimula ang pag uusap ng mga techer at ng mga bata. Nagsimula siyang magtanong tungkol sa kanilang mga hangarin mula sa mga bata. May ideya si Bholu tungkol dito. Nag aalala siya kung ano ang sasabihin niya sa guro sa kanyang turn. Nung time na yun, tumunog ang bell at tapos na ang school. Umuwi na ang lahat ng bata. Sumakay si Bholu sa school bus. Pagkatapos umupo sa kanyang upuan, nagsimula siyang mag fretting. Hindi niya alam kung ano ang magiging kalagayan niya paglaki niya. Kapag Bholu alighted mula sa bus malapit sa kanyang stop na ang pinakamalapit mula sa kanyang bahay. Nagsimula siyang gumalaw patungo sa kanyang tahanan. Nakita niya ang isang pulubi na nakaupo sa tabi ng kalsada. Natakot si Bholu. Naiimagine niya habang siya mismo ay nakasuot ng trapo kapalit ng pulubi na namamalimos ng limos. Gayunpaman, mabilis niyang binubuo ang kanyang sarili. Nagpasiya siyang mag-aral at magtrabaho para mamuhay nang kagalang-galang. At least hindi pa siya handang maging pulubi. Nakarating si Bholu sa bahay, nagpalit ng damit, at natulog nang walang ibang ginagawa.

Si Bholu ay nakaupo sa examination hall, at nagsusuklay ng ulo. May hawak siyang question paper at may answer sheet sa desk. Bagamat binabasa niya ang mga tanong mula sa question paper, wala siyang masagot kahit isang tanong. Nag iisip kung ano ang gagawin, sinimulan niyang i flipping ang mga pahina ng kanyang answer sheet. Matapos ang ilang pag iisip, sinimulan niyang iikot ang kanyang ulo upang makita ang mga bata sa paligid niya. Naisipan niyang magtanong sa isang tao, pero dito rin siya pinagtaksilan ng swerte. Ni walang bata na tumingin sa kanya, pero tiyak na nakita siya ng guro. Ngayon ay takot na takot na si Bholu. Nagpasya siyang humingi ng tulong sa guro.

Nagtipon ng lakas ng loob, tumayo siya mula sa kanyang upuan at nagsalita sa guro.

"Sir, sir, paki explain po sa amin ang kahulugan ng tanong na ito," tawag niya sa guro.

"Patuloy ang exam. Masaya ba? Gawin mo na lang. Basahin nang mabuti ang mga tanong sa iyong sarili, unawain ang mga ito at isulat ang mga sagot sa sheet nang mag-isa." Matigas na sagot ng guro.

Umupo sandali si Bholu at saka muling nilapitan ang guro, inulit ang parehong hiling. Sa kabila ng ilang beses na pagtanggi, nang magpumilit si Bholu, pinagalitan siya ng guro nang malakas at sinampal pa siya sa pisngi. malakas na sigaw ni Bholu. Nang pilit siyang umupo muli, nahulog siya sa lupa na may isang tunog. Ang iba pang mga bata sa examination hall ay pumutok sa tawa sa nakita.

"Bholu, Bholu, ano nangyari " Narinig ni Bholu ang isang tinig. Nang imulat niya ang kanyang mga mata, wala siyang makitang malapit sa kanya.

Nang marinig muli ni Bholu ang tinig, nagsikap siyang imulat ang kanyang mga mata at nakita niya ang kanyang ina na nakatayo sa kanyang harapan. Pinipilit siya ng babae. Tapos naintindihan niya na nananaginip lang siya.

"Anak, Hindi ka ba nagugutom ? Tumayo ka, maghugas ka ng kamay at mukha." Sabi niya.

Binabalikan ni Bholu ang panaginip, ang examination hall at ang question paper.

"Oh Diyos! Ang nakakatakot na panaginip na iyon. Akala ko totoo na." ang naisip ni Bholu.

Mula noon, kinuha ni Bholu ang kanyang pag aaral sa isang seryosong paraan at regular na nag aral.

Pambansang ibon pao

Isang araw ay naglalaro si Bholu sa looban ng kanyang bahay. Bigla niyang naramdaman ang ilang patak ng tubig sa kanyang mukha.

"Oh ano ? Nagsimula na bang umulan " Ang naisip niya. Tuwang tuwa si Bholu. Unti unti, mas naging mabigat ang patak ng ulan at pagkatapos ay nagsimula ang malakas na pagbuhos ng ulan. Pagkakita nito ng ina ni Bholu, agad siyang sumigaw, "Bholu, Halika sa loob ng silid. Kung hindi man ang tubig ulan ay mamasa masa ang iyong mga damit. Baka magdusa ka sa lamig." Lumapit siya sa looban para tawagin ang anak sa loob. Nakita niya si Bholu na sumasayaw sa ilalim ng ulan shower.

"Halika na Bholu. Tigilan mo na ang pagligo. Kumuha ng tuwalya at patuyuin ang iyong sarili. Tingnan mo, ang iyong mga cothes ay ganap na babad sa tubig. Umalis ka na at magpalit ka na ng damit." utos nito.

"Hindi, Inay! Hindi ako darating ngayon. Gusto kong maligo sa ulan. Sana po ay manatili pa ako dito. Please, please, please ang butihing ina ko." ang pakiusap ni Bholu.

"Maligo ka na lang ng mabilis at pumasok ka na sa loob. Naligo ka na at sa umaga. Ngayon ay hindi ka dapat kumilos tulad ng anak na ito."

"Ma, pakiusap po." Nagrerequest pa rin si Bholu sa kanyang ina.

Nagalit si Inay habang hindi siya pinakikinggan ni Bholu. Nag eenjoy pa rin siya sa pagbuhos ng ulan. Medyo madalas, nangyayari ito sa aming mga tahanan bilang ilang mga pagkakaiba lumitaw sa pagitan ng dalawa, magulang at ang bata. Ang mga magulang ay nagmamalasakit na ang kanilang mga anak ay maaaring hindi magdusa pa rin at ang mga bata ay nais na tamasahin ang buhay sa kanilang sariling paraan.

Nagdalawang isip si Bholu pero hindi niya kayang suwayin ang utos ng kanyang ina nang napakatagal. Pumasok siya sa loob ng bahay, nagpatuyo at isinuot ang bagong damit. Pagkatapos ay nagdala ang kanyang ina ng isang basong puno ng mainit na gatas para sa kanya. Ininom ni Bholu ang gatas at naging komportable siya.

Nakaupo rin ang ama ni Bholu sa kwarto. Tumabi sa kanya si Bholu. Nagsimula siyang tumingin sa labas. Biglang pumasok sa ilong nila ang isang malakas na aroma ng pritong pakoras. Nabaling ang atensyon ni Bhodu sa kusina kung saan naghahanda ang kanyang ina ng mainit na pakoras.

Pumunta si Bholu sa kusina. Mahilig siyang kumain ng pakoras. Nakita siya ni Inay at nagtanong, "Bholu, gusto mo bang magkaroon ng mga pakoras "

Hindi nagreply si Bholu . Tumayo siya roon na nakayuko.

"Bholu, may tinatanong ang mommy mo. Nagreply ka ba "

"Oo nga po, Ma. Magkakaroon ako ng ilan." sagot naman ni Bholu.

"Ano ba ang iniisip mo, anak ? Okay lang ba ang lahat? Mukhang may bumabagabag sa iyo. "

"Oo nga po, Ma. Tama ka nga. May wish ako. Tutuparin mo ba ang aking hangarin? Narinig at nakita ko sa mga larawan na napakaganda ng isang sumasayaw na pao. Gusto kong makita ang isang sumasayaw na pao sa katotohanan." request ni Bholu.

Samantala, inihanda na ng kanyang ina ang mga pakoras at pinatay ang gas stove. Pagkatapos ay sinimulan niyang ayusin ang mga pakoras at sauce sa isang tray.

"Bholu, totoo nga na napakaganda ng itsura ng mga pao habang sumasayaw. Sila rin ang ating pambansang ibon. Natutuwa rin akong panoorin silang sumayaw dahil mukhang masaya sila sa sandaling iyon." Iniabot niya kay Bholu ang ilang maliliit na plato at sinabing, "Ngayon, dalhin mo ang mga laminang ito at pumunta ka roon. Magdadala ako ng tsaa at meryenda. Doon tayo mag usap pagkatapos ng tsaa."

Lumipat si Bholu patungo sa bulwagan kung saan nakaupo ang kanyang ama. Sinundan siya ng kanyang ina ng mga meryenda at tsaa. Ito ay lubos na isang masarap na snack party. Nag enjoy silang lahat.

Nang matapos ito, sinabi ni Bholu, "Itay, may sasabihin ako. Pakinggan mo na lang ako."

"Oo, sabihin mo sa akin, anak. Ano ang gusto mo " tanong ng kanyang ama.

"Papa, nakita mo na ba ang mga pao na sumasayaw Nabasa ko na ito sa maraming libro, at nakita ko rin ang mga larawan sa mga libro TV. Pero sa totoo lang, ngayon ko lang ito nakita. Gusto kong makakita ng tunay na pao na sumasayaw, tatay ko, please." ang pakiusap ni Bholu.

"Bholu, hindi ito isang malaking tanong . Maaari naming bisitahin ang zoo at makita hindi lamang ang mga pao ngunit maraming iba pang mga ibon at hayop ." Suhestiyon ng kanyang ama.

"Talaga, Itay? Makakakita ba tayo ng sumasayaw na pao sa zoo? Gusto kong makita itong sumasayaw sa sarili kong mga mata." giit ni Bholu.

"Oo nga, Bholu. Tama ka nga. Nakakatuwa sa lahat ang makakita ng sumasayaw na pao. Ang saya ng pagsasayaw ay nakakadagdag sa kagandahan nito. Pero bihira lang makita. Saan natin makikita ang sumasayaw na pao? Hayaan mo muna akong mag isip." Ang sabi pa niya.

Parang mahirap tuparin ang wish mo sa zoo. Bilang isang pao huwag kailanman sumayaw kapag ang isang pulutong ay may. Maaari kang makahanap ng isa sa gubat. Narinig mo siguro ang kasabihang, 'Sino ang nakakita ng isang pao na sumasayaw sa gubat ' Ang kasabihang ito ay umiiral dahil ang isang pao ay sumasayaw sa pag iisa. Maaari mong panoorin ito sa pamamagitan ng pagtatago ng iyong sarili sa isang malapit na lugar. Usually lumilipad ito palayo kung may nararamdaman itong malapit." Paliwanag ng kanyang ama.

"Talaga po, Dad Ganun ba " Sa pagsasabi nito, tahimik si Bholu. Nalulungkot siya. Nagsimula siyang tumitig sa mga kawalan. Mawawalan na siya ng pag asa para sa wish niyang makitang matutupad ang sumasayaw na pao.

Naintindihan ng kanyang ina ang mood ni Bholu. She said, "Bholu, mahirap talaga ang trabaho. Ako mismo ay nakakita na ng mga sumasayaw na pao na halos tatlo o apat na beses lamang hanggang ngayon? Talagang bihira ang mga pao at para makahanap ng sumasayaw, may posibilidad tayo? "

Ang antas ng pag asa ni Bholu ay nagsimulang tumaas muli.

"Talaga po, Ma Paano at saan? Sabihin mo sa akin!" sabik na tanong ni Bholu.

"Maghintay ka lang, sasabihin ko sa iyo ang lahat. Kapag nagbibiyahe kami sa bus at dumaan sa isang gubat, kung minsan ay maaaring makita namin ang ilang mga sumasayaw na pao sa daan. " Paliwanag ng kanyang ina.

"Okay!" sabi ni Bholu. Nakumbinsi siya. Masaya na siya nang malaman niyang may mga pagkakataon pa rin na matupad ang kanyang wish.

Napakabait ng Diyos kay Bholu. Hindi na siya gaanong naghintay. Isang araw nang magkaroon ng pagkakataon si Bholu ay nag-hile travel kami. Kasama niya ang kanyang mga magulang sa bus para bisitahin ang nayon ng kanyang lolo't lola. Dumaan ang bus sa gilid ng isang gubat. Ang langit ay maulap. Si Bholu ay nanalangin sa Diyos sa umaga nang tahimik upang matupad ang kanyang nais.

Sinakop ni Bholu ang isang window seat tulad ng dati. Nag eenjoy siya sa tanawin sa labas. Bigla siyang bulalas sa tuwa. Nakita lang niya ang isang pao na sumasayaw sa labas ng bintana. Hindi siya makapaniwala sa kanyang mga mata.

"Ano bang nangyari anak "

"Inay! Itay! Nakita ko ang isang magandang pao ngayon lang! Naroon iyon!" Tinuro ni Bholu ang direksyon din kung saan naroon ang pao. sa labas sa pamamagitan ng bintana. Ngunit hindi nila ito na spot habang nauuna na ang bus. Pagkatapos sa kanyang kumpletong paglalakbay ay nagmahal siya sa marami pang mga pao na gumagala dito at doon.

Si Bholu ay natuwa. Sa wakas ay natupad na ang matagal na niyang hinahangad. Pinasalamatan niya ang Diyos sa pakikinig sa kanyang mga panalangin at pagtugon sa mga tao sa positibong paraan.

Isang masamang manggagawa ang nag away sa kanyang mga kagamitan

Isang araw nagpunta si Bholu sa paaralan. Nakaupo siya sa klase niya. Ang klase ng Hindi ay nasa proseso. Nagtuturo ang guro. Sabi niya, "Mga bata, ngayon ay tuturuan ko kayo ng mga idyoma at parirala."

Lahat ng mga bata ay medyo naging mas mapansin. Bagong topic ito para sa kanila. Ang ilang mga idyoma ay may katuturan sa Bholu, habang ang iba ay hindi. Naisip niya, "Okay. Mag aaral ako ng mga idyoma sa bahay ngayon. I will request mom na tulungan ako sa bagay na ito."

Habang ang paraan pabalik sa bahay, Bholu ay patuloy na nag iisip tungkol sa kabanata ng mga idyoma. Pagdating sa bahay, natagpuan niya ang kanyang ina na nakahiga sa kama habang nakararanas ito ng matinding pananakit ng ulo.

Dahil sa pag-aalala, tinanong siya ni Bholu, "Inay, uminom ka ba ng gamot?" Nang marinig ang kanyang 'hindi,' nagdala si Bholu ng gamot at tubig para sa kanyang nanay. Kinuha niya ang gamot at humiga ulit. Pagkatapos ay pumunta si Bholu sa kusina upang maghanap ng mga makakain. Tinawag siya ng mommy niya at inutusan siyang gumawa ng sandwich para sa sarili gamit ang tinapay, butter, pipino, kamatis, at sauce. Sinimulan ni Bholu ang paggawa ng sandwich.

"Mga kalahating oras na nang pumasok si Bholu sa kusina." Ang kanyang ina, na nagtataka tungkol sa pagkaantala, ay naisip, "Ano ang ginagawa niya doon hanggang ngayon? Kailangan ba ng ttoo much time para makagawa ng sandwich " Tumayo siya at pumunta sa kusina para tingnan ang nangyayari. Medyo gumaan ang pakiramdam niya sa sakit ng ulo niya noon.

Laking gulat niya nang makita niya si Bholu na nahihirapang magputol ng pipino. Tinanong niya ang kutsilyo at pipino, at sinabing, "Dalhin mo rito, Bholu. Mabilis kong hiwain ang pipino para sa iyo."
Sagot ni Bholu, "Ma, masyadong blunt ang kutsilyo na ito. Matagal ko nang sinusubukang i cut ang pipino, ngunit hindi maaaring pamahalaan upang gawin. "
Hindi nagsalita ng kahit isang salita bilang sagot, mabilis na pinutol ni nanay ang pipino gamit ang parehong kutsilyo. Nakaramdam ng hiya si Bholu at nagsimulang magmukmok. Sabi ng mommy niya, "Bholu, isang masamang manggagawa ang nag aaway sa mga gamit niya. Dahil hindi mo ma cut ang pipino, sinisisi mo ang kutsilyo. Tingnan mo, ang kutsilyo ay gumagana nang perpekto." Habang sinasabi ito, tiningnan niya si Bholu na may mapanuring tingin. Nagsimulang sumilip si Bholu sa gilid. Lihim siyang masaya at hindi niya mapigilan ang kanyang kagalakan, at nagsimulang sumayaw. Naisip niya, "Iniisip ko lang na matuto ng mga idyoma kay Nanay nang, lo and behold, sa takbo ng aming pag uusap, ipinaliwanag sa akin ni Nanay ang isa sa mga idyoma.

Ngayon ay malinaw na sa akin. Hindi ko pa nga sinabi sa kanya ang tungkol dito. Siya mismo ang nakakaalam nito. . Wow! Ang nanay ko ay isang henyo. Ganoon din ang itinuro ng teacher ko sa klase."

Mabilis na gumawa ng sandwich ang mommy niya para kay Bholu at inihain para sa kanya. Nag enjoy siya sa pagkain nito. Samantala, naghanda rin siya ng milkshake para sa kanya. Nilulon niya ang buong milkshake sa malalaking sipsip. Pagkatapos ay lumabas sila ng kusina at pumasok sa silid. Tapos naalala ulit ni Bholu na sumakit ang ulo ng mommy niya ilang sandali na ang nakakaraan.

Tanong niya, "Inay, kumusta na ang pakiramdam mo ngayon?"

Sagot niya, "Mas maganda kaysa dati." Iniabot niya kay Bholu ang basong walang laman at sinabing, "Please Bholu, go and keep it in the kitchen."

Inabot ni Bholu ang kanyang atensyon ngunit nasa ibang lugar ang kanyang atensyon; nahulog ang salamin at naputol sa sahig. Nagulat si Bholu.

"Anak, bakit hindi mo hinawakan ang salamin sa tamang paraan ?" tanong ni mama.

Bholu, dahil sa konsensya ay sumagot, "Ma, ibinaba mo na ito bago ko pa ito mahawakan." Sinubukan niyang bigyang katwiran ang kanyang pagkakamali.

Ang kanyang nanay na may galit na tingin, ay tumingin sa kanya at sinabi, "Bholu, ngayon ang kasabihang 'ang palayok na tumatawag sa kaldero na itim' ay nagkakatotoo. Hindi mo nahuli ang salamin, at sinasabi mong ibinaba ko ito."

Sinimulan ni Bholu ang scratching kanyang ulo, sinusubukang maunawaan ang kahulugan ng "ang palayok na tumatawag sa kaldero na itim." Ang kanyang nanay, tumayo mula sa kama at tinipon ang mga putol putol na piraso ng basag na salamin mula sa sahig.

Eksibisyon ng Agham

Pagdating sa paaralan ng Bholu, isang eksibisyon ng agham ang organisado. Inihayag ng kanyang guro sa agham sa klase, "Mga estudyante, bawat isa sa inyo ay kailangang gumawa ng isang modelo o proyekto sa agham. Ang paaralan ay mag oorganisa ng isang eksibisyon ng agham pagkatapos ng apat na araw. Lahat kayo ay dapat magdala ng working model o project na magpapakita sa akin sa loob ng dalawang araw."

Nagsimulang makaramdam ng sobrang pagkabahala si Bholu. Naisip niya na laging may bagong problemang dumarating na ayaw niyang harapin. Kailangan pa rin niyang harapin iyon. Iniisip niya, "Ang modelong ito, hindi ko alam kung ano ang gagawin, at paano ?" Humingi siya ng payo sa isang kapwa estudyante, ngunit kahit ang isa pang bata ay tila nalilito. Napansin ni Bholu na ang buong klase ay abala sa pagtalakay at ang ilang mga mag aaral ay nakapaligid sa guro, tinatalakay ang mga ideya. Nang matapos ang araw ng pag aaral, umuwi si Bholu. Dumiretso siya sa mommy niya at sinabing, "Ma, Ma, may science exhibition sa school namin. Sabi sa amin ng science teacher namin. Tutulungan mo ba ako "

"Siyempre, gagawin ko. Una, sabihin mo sa akin kung ano ang gusto mong gawin."

"Hindi ko alam. Bigyan mo ako ng anumang ideya para sa isang gumaganang modelo. Yun ang sabi ng teacher ko."

"Okay. Bibigyan kita ng libro. Basahin mo at piliin mo kung ano ang gusto mo." Sa pagsasabi nito, binuksan ni Inay ang bookshelf at naglabas ng isang libro tungkol sa mga proyektong pang agham. Tuwang tuwa si Bholu sa pagkakaroon nito. Sinimulan niya itong basahin nang may pananabik. Totoo na ang anumang mahirap na gawain ay nagiging madali kapag natukoy na minsan. Ang pagpaplano, tunay na dedikasyon, kasipagan, at sigasig ang mga kagamitan sa pagtulong. Patuloy siyang nagbabasa pero parang walang sense. Kung ano man ang mga proyektong nabasa niya ay tila napakahirap. Pakiramdam niya ay wala siyang magagawa sa alinman sa mga ito. Biglang narating ng mga mata ni Bhutu ang isang pahina kung saan natagpuan niya ang buong paglalarawan ng isang pag aangat (elevator). Nahanap na niya ang mga sagot para sa lahat ng tanong niya.

Pumunta si Bholu sa kanyang ina at sinabi sa kanya na gagawa siya ng modelo ng elevator. Ang nanay ni Bholu, na isang inhinyero, ay natuwa na marinig ang kanyang pinili. Magkasama, tinipon nila ang lahat ng kinakailangang materyales para sa modelo - isang malaking tabla ng kahoy, ilang mga kuko, mga thread at ilang pulley. Sa tulong ng mga materyales na ito, si Bholu at ang kanyang ina ay lumikha ng isang modelo ng isang pag aangat. Pagkatapos ay naalala ni Bholu na natanggap niya ang isang manika na itinakda bilang regalo sa kaarawan nang isang beses.

"Bakit hindi sila gawing pasahero na umaakyat at bumababa sa elevator Wow! Napakaganda ng ideya!"

Nang handa na ang modelo ng elevator, talagang gumagana ito. Ipinakita nito ang paggana ng isang pag aangat. Tuwang tuwa si Bholu. Buong puso niyang pinasalamatan ang kanyang mommy dahil lagi siyang tinutulungan. Sumulat si Bholu ng isang detalyadong paglalarawan upang ipaliwanag ang paggana ng kanyang pag aangat.

Nang maganap ang eksibisyon ng agham, ang eksena ay kamangha mangha at natatangi. Lahat ng bata ay nagdala ng iba't ibang proyekto/modelo. Isang estudyante ang gumawa ng kampana upang mahuli ang mga magnanakaw, isa pa ang nagpamalas ng mekanismo ng pagsabog ng bulkan. Ang isa sa kanila ay kinuha ang paksa ng polusyon sa kapaligiran, habang ang isa pa ay gumawa ng isang clone ng isang tupa. Marami pang ibang projects. Ipinakita rin ni Bholu ang kanyang modelo ng pag aangat sa eksibisyon sa kanyang pinakamahusay na posibleng paraan. Nang siya na ang magpresenta, ipinaliwanag niya nang detalyado ang pagtatrabaho ng kanyang lift system.

Ito ay isang miniature na bersyon ng lift na ginamit bilang alternatibo sa mga hagdanan sa mga gusali. Pinuri ng lahat ng mga guro at ng punong guro ang katalinuhan at pagkamasining ni Bholu.

makulay na bahaghari ni bhohu

Isang araw, nakatulog si Bholu sa hapon. Wala siyang ideya kung gaano karaming oras ang lumipas habang natutulog. Paggising niya, lumubog na ang araw at sumapit ang gabi. Pagkagising niya, agad siyang pumunta sa kitchen garden ng bahay nila. Maraming puno na may dalang prutas, bulaklak at halaman ng gulay doon. Bholu ginamit upang tamasahin ang paggastos ng oras sa hardin. Ngunit sa araw na iyon, ang mga berde at kulay ay medyo naiiba kaysa dati. Lahat ng halaman ay tila nakangiti kay Bholu. Ang mga dahon ng lahat ng halaman ay may nagniningning na hitsura at ang mga bulaklak ay namumulaklak sa kasiyahan. Ang mga petals ng mirasol ay malakas na swaying na tila tinatanggap siya.

"Hoy! May espesyal ba ngayon " ang naisip ni Bholu sa sarili.

Biglang iginuhit ang mga mata ni Bhutu patungo sa kalangitan nang walang anumang malinaw na dahilan.

"Inay! Inay! Halika na agad. Tingnan mo, may bahaghari sa kalangitan. Inay, pumunta ka dito agad!" Hindi napigilan ni Bholu ang kaligayahan. Ngayon lang niya nakita ang napakagandang bahaghari. Kitang kita ang kanyang kagalakan sa kanyang tinig. Hinanap siya ng kanyang ina, nang marinig ang boses ni Bhutu mula sa loob ng bahay, at lumabas.

"Ano ba ang nangyari, Bholu "

"Mummy! Tumingin ka diyan, ang bahaghari." Tuwang tuwa na itinuro ni Bholu ang kalangitan.

"Oh wow!" Ang kanyang ina, ay nakatingin din sa langit na may kagalakan.

"Mummy! Ang ganda naman nito. Bakit hindi araw araw lumalabas ang bahaghari " inosenteng tanong ni Bholu.

"Anak, ang bahaghari ay bumubuo sa ilalim ng ilang mga tiyak na kondisyon pagkatapos ng ulan ay tumigil. Doon ito makikita sa kalangitan. Halika, Bholu, umupo tayo doon at pag usapan pa ang tungkol dito."

Umupo sila sa isang bench sa garden. Paliwanag ng kanyang ina, "Ang puting ilaw ay binubuo ng pitong kulay. Kahit na sa normal na mga kondisyon, lumilitaw ito bilang puti, sa ilalim ng mga espesyal na pangyayari, split sa pitong kulay. Ito ay lumilitaw bilang isang pangkat ng pitong kulay sa isang partikular na pattern. Mukhang maganda talaga at tinatawag na rainbow. Maaari mo ring makita ang gayong pattern ng mga kulay sa iyong laboratoryo ng pisika sa tulong ng isang prisma. Ang iyong guro ay maaaring makatulong sa iyo sa gayon ay may pagtingin. "

"Mummy, hindi ko maintindihan. Aling prisma sa kalangitan ang naghahati ng liwanag sa pitong kulay ?" tanong ni Bholu na may malaking kawalang malay.

"Bholu, napakatalino ng tanong mo ngayon. Makinig, kapag may malakas na pag ulan para sa isang pinalawig na panahon, isang layer ng tubig ang bumubuo sa kapaligiran. Kahit na matapos ang ulan ay tumigil at araw ay nagiging nakikita muli, ang layer na ito ay nananatili para sa ilang oras. Ang layer na ito, na gawa sa mga patak ng tubig, ay gumaganap bilang isang prisma. Kapag ang sikat ng araw ay dumadaan dito, ito ay makakakuha ng refracted at nahahati sa pitong kulay sa isang tiyak na pagkakasunud sunod, na lumilikha ng isang maganda at kaakit akit na bahaghari sa kalangitan. "

Natagpuan ni Bholu ang impormasyong ibinigay ng kanyang ina na talagang kaakit akit. Sa isang maaraw na araw, habang ginagawa ang kanyang gawaing bahay na nakaupo sa patyo na may panulat ng Reynolds sa kanyang kamay, nakita niya ang isang katulad na pattern ng pitong kulay na kahawig ng eksaktong tulad ng bahaghari na nakita niya dati sa kalangitan. Natuwa siya at naisip.

"Nananaginip ba ako? Di ba maliit na bahaghari dito sa notebook ko ? Ano ang dahilan kung bakit posibleng mabuo dito ?"

Lumipat naman ang atensyon niya sa kanyang Reynolds pen na hawak hawak niya.

"Okay. Ngayon naiintindihan ko na. Ang transparent na katawan ng panulat na Reynolds na ito ay naging tulad ng isang prism. Dito nahati sa pitong kulay ang puting ilaw ng lumilipas na araw. Kaya naman may nakikita akong maliit na rainbow like pattern sa kopya ko. Yaa medyo bahaghari na." Ang maliit na kaibig ibig na bahaghari ni Bholu. Sa pag iisip nito, hindi napigilan ni Bholu ang kanyang sarili. Bholu patuloy na maglaro sa kanyang maliit na makulay na pattern ng bahaghari at nasiyahan ng maraming. Pagkatapos ay tumakbo siya palayo upang sabihin ang kanyang bagong karanasan sa agham sa kanyang ina.

Ang Nagbebenta ng Ice Cream

Summertime na kasi. Sa labas ng gate ng paaralan ng Bholu, isang tindero ng ice cream ang nakatayo araw araw. Nakikita siya ni Bholu araw araw. Parang gusto ni Bholu na maglabas ng pera sa bulsa at mabilis na bumili ng paborito niyang ice cream. Pero never siyang may pera sa bulsa. Maraming mga bata mula sa paaralan ng Bhutu ang bumibili ng ice cream mula sa vendor araw araw. Bholu ay tulad ng lahat ng ito. Siya rin ay mahilig sa ice creams. Nang makita niya ang mga ito na nasisiyahan sa mga ice cream araw araw, mas lalo siyang napapasaya na magkaroon ng ice cream.

Isang araw, nang makita ni Bholu ang mga kaklase niya na kumakain ng ice cream doon, hindi niya napigilan ang pagluha. Bigla niyang napagtanto na mas mahirap pa siya kay Rachit. Although in reality, hindi naman totoo. Ang dami ng pera ng mga magulang ni Bholu. Nakatira sila sa isang malaking bahay at mayroon silang lahat ng bagay na mayroon ang mga mayayaman. Pa Bholu nararamdaman minsan tulad ng isang mahirap na kapwa.

"Bholu ay hindi magkaroon ng pera ng kanyang sariling. Maaari siyang humingi ng pera sa kanyang mga magulang para sa isang tunay na layunin. Pero para sa ice cream, wala siyang pera." Minsan nag iisip siya. "Paano nagkakaroon ng pera ang mga batang ito para makabili at makakain ng kahit anong gusto nila Hindi niya nakukuha ang sagot sa tanong na ito.

Isang araw, sinubukan ni Bholu na kausapin si Shivansh, isa sa kanyang mga kaklase. Ikinuwento niya sa kanya ang mga bagay na bumabagabag sa kanya. Sinabi sa kanya ni Shivansh na siya ang may ari ng kanyang sariling pera, na tinatawag na pocket money. Hindi man lang alam ni Bholu ang kahulugan ng pocket money. Akala niya ang tinutukoy na pocket money ay ang perang itinatago sa bulsa. Ngunit sinabi sa kanya ni Shivansh na regular siyang nakakakuha ng ilang pera mula sa kanyang tatay, iyon ay, ang pera sa bulsa. Medyo nakaramdam ng inggit si Bholu kay Shivansh.

Nang araw na iyon, nang makita ni Bholu si Rachit na kumakain ng ice cream, parang gusto rin niyang magkaroon ng ice cream. Biglang may pumasok sa isip ni Bholu, at napangiti siya. Nagpasiya siya na anuman ang mangyari, masisiyahan siya sa lasa ng ice cream; mula sa parehong ice cream vendor na regular na nakatayo sa labas ng gate ng paaralan.

Kinabukasan, nang matapos ang paaralan, si Bholu ay nagpunta sa tindera ng ice cream na may malaking pagmamalaki at inilabas ang isang bente rupee na barya mula sa kanyang bulsa. Pagsulong patungo sa tindera ng ice cream, sinabi niya, "Bro, Pakibigay sa akin ng isang ice cream."

"Aling lasa ang gusto mong magkaroon ?" Tanong ng tindera, nakatingin kay Bholu.

"Yung mangga bar?" Itinuro ni Bholu ang kanyang daliri patungo sa isang larawan sa stall. Binigyan siya ng ice cream vendor ng Mango Bar. Masayang nag enjoy si Bholu sa kanyang ice cream. Pagkatapos noon, si Bholu leisurely ay naglabas ng panyo mula sa kanyang bulsa, pinunasan ang kanyang bibig at mga kamay at kumportableng sumakay sa school bus.

Habang nakaupo sa bus, panandalian na lang nararamdaman ni Bholu ang lasa at saya ng masarap na ice cream. Makalipas ang ilang panahon, nawala ang kagalakan at nagsimulang magkaroon ng kasalanan . Nagsimula siyang mag isip na, dahil sa kanyang katigasan ng ulo, natupad niya ang kanyang pagnanais na kumain ng ice cream, tulad ng wishinG niya. Pero kailangan niyang magnakaw ng pera sa pitaka ng kanyang ina para gawin ito, at nalungkot siya roon.

"Sana naman ay natutuwa ako sa ice cream na hindi nagnanakaw sa pitaka ni Nanay. Oo, tama sana iyon. Mali ang ginawa ko ngayon sa unang pagkakataon. Kaya nga hindi ako maganda ang pakiramdam. Hindi maganda ang pagnanakaw. Sabi na sa akin ng teacher ko. Kahit noon, nagnakaw ako ng halagang dalawampung rupees. Hindi ko siguro nagawa 'yon." Nanatili si Bholu sa damdaming iyon ng pagkakasala sa loob ng mahabang panahon.

Talagang nakararanas ngayon ng pagsisisi si Bholu dahil sa kanyang maling mga ginawa. Nagpasiya siya na sa hinaharap, hindi siya kailanman gagawa ng gayong maling aktibidad dahil sa pagsisisihan niya kalaunan. Kung gusto niyang kumain ng ice cream, susubukan niyang kumbinsihin ang kanyang nanay at tatay sa pamamagitan ng paggigiit sa kanyang sarili. Sa sandaling ginawa ni Bholu ang resolusyon na ito, nakadama siya ng malalim na kapayapaan sa loob. Huminto ang bus malapit sa bahay niya. Bholu alighted at headed patungo sa kanyang bahay na may isa pang resolution – upang sabihin sa kanyang ina ang tungkol sa ninakaw na dalawampung rupees mula sa kanyang pitaka at humingi ng tawad sa kanya. Tuwang tuwa si Bholu sa kanyang desisyon.

Espesyal na Regalo sa Kaarawan ni Bholu

Bholu ay ninakaw dalawampung rupees mula sa kanyang ina pitaka. Sa ganitong paraan, natupad na niya ang kanyang matinding pagnanais na kumain ng ice cream. Sinasabing ang naliligaw sa umaga ay hindi matatawag na talo kung makahanap ng daan pauwi sa gabi. Bholu, masyadong nagkaroon ng isang pakiramdam ng pagsisisi matapos nakawin dalawampung rupees. Nagpasiya siyang huwag nang magnakaw sa hinaharap. Hindi siya masyadong natatakot na baka pagalitan siya ng mommy niya kung sakaling malaman nito ang nawawalang halaga. Nagpasya siyang aminin ang kanyang pagkakamali at humingi ng paumanhin sa kanyang mommy nang hindi nag aalala kung ano ang parusa na ibibigay sa kanya. Sa kabilang banda, ang nanay ni Bhodu ay hindi gaanong pinansin ito sa bahay. Nang gabing iyon nang kailangan niya ng kaunting pagbabago mula sa kanyang pitaka nadama niya na tiyak na may ilang baryang naroroon doon. May naisip siya sa kanyang isipan kung bakit hindi tanungin si Bholu kung may kinuha ba itong pera para sa isang layunin. Iniisip na ni Bholu na sabihin ang lahat sa kanyang nanay. Ginawa niya ito nang walang pag aaksaya ng oras. Inamin niya ang kanyang pagkakamali at sinabi sa kanya na kumuha siya ng dalawampung rupees mula sa kanyang pitaka upang bumili ng isang ice cream. Hindi siya pinagalitan ng mommy ni Bholu. Pero nabigla siya sandali.

"Oh mahal ko! Siguro sinabi mo na sa akin ang wish mo." Sabi niya. Gayunman, nasiyahan siya na humingi ng paumanhin ang kanyang anak sa pagkakamali nito.

Sinabi niya kay Bholu, "Bholu, huwag matakot na sabihin sa akin kung gusto mo ang anumang sa hinaharap. Kung talagang kailangan mo ito o nais mong magkaroon nito , maaari mo ring hikayatin ako na sumang ayon."

Pagkatapos noon, ang nanay ni Bholu, kasama si Bholu ay naghanda ng ice cream sa bahay. Sabay silang nag treat.

Gayunpaman ito ay hindi isang maliit na bagay para sa nanay ni Bholu. Hindi niya ito madaling makakalimutan ni ayaw niya itong kalimutan. Si Bholu ang nag iisang anak niya. Ayaw niyang mag iwan ng anumang pagkukulang sa pagpapalaki sa kanya. Tulad ng sinumang magulang, ayaw niyang maging magnanakaw ang kanyang Bholu. Napailing siya sa pag-iisip nito. Ang mga ugat ng anumang maling gawain ay tumatagal kapag ang mga ito ay hindi pinansin mula sa simula, lalo na kapag ito ay napupunta hindi napansin. Noon niya napagdesisyunan na kausapin ang tatay ni Bhutu tungkol sa bagay na ito.

Makalipas ang ilang araw, malapit na ang kaarawan ni Bholu. Plano ng mommy at dad ni Bholu na bigyan siya ng surprise gift. Alam nila na ang kanilang anak na si Bholu ay medyo mischievous ngunit matalino rin. Masunurin din siya. Nang sabihin sa kanya ang mga kalamangan at kahinaan ng anumang bagay , naunawaan niya ang mga bagay na tulad ng mga ito. Nagpasya silang bigyan si Bholu ng Pocket Money bilang regalo sa kanyang kaarawan. Sinabi nila sa kanya, "Bholu, mula ngayon, makakatanggap ka ng kaunting pera sa bulsa bawat buwan, na maaari mong gastusin nang matalino o matutong mag ipon." Nagustuhan talaga ni Bholu ang special surprise gift para sa kanyang kaarawan.

Hinawakan ni Bholu ang mga paa ng kanyang nanay at tatay at natanggap ang kanilang mga pagpapala. Pinasalamatan din niya ang mga ito sa espesyal na birthday gift na ito. Pagkatapos noon, nagpasya si Bholu na maging isang responsable at makatwirang bata. Kung ano man ang natanggap niyang pocket money, halos lahat ay inilalagay niya sa kanyang piggy bank. Sa tuwing may kailangan siya , gagawin sana ito sa matalinong paraan. Isang araw, nang buksan niya ang kanyang piggy bank, nagulat siya nang makita ang malaking halaga na nakolekta niya. Siya ay lubos na masaya. Sinabi niya ito sa kanyang ina at nagtanong, "Maaari ko bang gastusin ang aking ipon?"

Pinayagan siya ng mommy niya na gastusin ang pera. Pagkatapos ay nagpunta siya sa palengke upang bumili ng isang set ng mga bagong speaker para sa kanyang computer.

Shivalik

Ang Manika at ang Teddy Bear

Sa Nanhe Gaon Road papuntang Kalpanagar, may napakalaking bahay. Ang kadakilaan ng gusali ay makikita sa unang tingin. Nanhe Gaon Road ay isang pangunahing kalsada na nananatiling medyo abala. Kung sakaling mangyari na pumunta ka doon, ang mga ilaw ng bituin ng kahanga hangang gusali na ito ay  mahuli ang iyong pansin mula sa kalsada mismo. Baka maramdaman mo na papalapit na si Diwali. Sa loob ng kahanga hangang gusaling ito ay naninirahan ang isang masayang pamilya na may apat na miyembro. Ang mga nakatira doon ay sina Shivalik, ang kapatid niyang si Rashmi, ang kanyang Nanay at ang kanyang Tatay. Si Shivalik ay isang maliit na batang lalaki sa paligid ng anim na taong gulang. Si Rashmi, kapatid ni Shivalik, ay mga tatlong taong gulang. Nasa thirties na sina mama at papa.

Magkapatid sina Shivalik at Rashmi. Si Shivalik ay nag aaral at si Rashmi, dahil mas bata ay nananatili sa bahay. Siya ay may kanyang maagang pag aaral din sa bahay. Ang parehong mga kapatid ay medyo matalino at masigla. Ibinahagi ni Shivalik ang lahat ng mga kagiliw giliw na bagay na natututuhan niya sa paaralan sa lahat ng tao sa bahay. Nakikinig si mama at ganoon din si Rashmi. Medyo tinuturuan ni mama si Rashmi. Marami nang maliliit na tula ang natutunan ni Rashmi at buong araw niyang binibigkas ang mga gumagala sa bahay. Natutuwa rin siyang lumikha at magulo ng mga bagay sa papel gamit ang makukulay na lapis. Pagguhit ng mga linya, paggawa ng gulo sa papel.

Gusto niya talaga ang mga ganyang activities na puno ng mischief at nakakaaliw din. Parehong ang mga bata play ng maraming magkasama medyo madalas.

Oh yes, hindi ko pa rin kayo naipapakilala sa mga manyakis sa doll museum. Magsimula tayo mula sa labas papasok. Maraming silid sa bahay at isang malaking damuhan. Maraming halaman sa damuhan. Sa loob ng bahay, may malaking drawing room na may mga kasangkapan, TV at dalawang wardrobes. May mga glass doors sila, pwede mo ring tawagin na display cases. Ang tinutukoy ko sa kanila ay ang doll museum. At bakit ko ito ginagawa? Maraming laruan at pandekorasyon dito. May mga maliliit na kotse, mula sa makaluma hanggang sa mga moderno. May mga laruang elepante, kabayo, ilang sundalo, at maging mga robot. Bilang karagdagan sa lahat ng mga ito, mayroong isang magandang teddy bear Bhanu at isang kaibig ibig na manika Sara.

Kapag may pumasok sa kwarto, ngumiti ang teddy bear at tinatanggap ang lahat. Ang manika ay natutulog sa lahat ng oras at bihirang buksan ang kanyang mga mata. Parehong ang teddy bear at ang manika sa mga showcase ay nasa mga pader na nakaharap sa bawat isa. Kaya naman laging nakatingin ang teddy bear sa manika at hinihintay na magising ito. Sa ganitong paraan, nahulog siya sa pag ibig sa manika at nagsimulang isaalang alang ito bilang kanyang sarili. Minsan, kapag inilabas ni Rashmi ang kanyang manika sa aparador upang laruin siya, gusto ito ng teddy bear.

Ngayon, si Bhanu ay lubhang malungkot. Nang magising si Bhanu ay tulog pa rin si Sara. "Okay lang ba? Buong araw siyang natutulog na parang walang trabaho. Bakit hindi siya nagigising sa tamang oras tulad ko? Kahit paggising niya, either nagpapatulog siya o kaya naman ay tumitingin sa paligid dito at doon. Minsan, nakikita niya ako nang hindi sinasadya. At ako? Buong araw ko siyang tinitigan." Si Bhanu ay laging nakaupo at nag iisip.

"At ano pa nga ba ang magagawa ko Kapag wala nang ibang trabaho para sa akin. At nakabihis na siya sa front cupboard. Ngayon, paano ko mapipikit ang aking mga mata kapag nasa harapan ko siya? To be too honest, parang gusto kong laruin ang manika na ito. Parang sarili ko siyang manika. May makapagsasabi ba sa akin kung ano ang gagawin ko " Si Bhanu ay nagbubulay bulay . Ang kawawang nilalang na si Bhanu, biktima ng tadhana, ay walang magagawa.

Isang araw, narinig ni Bhanu ang pagbabasa ni Shivalik: "Gawin mo ang iyong tungkulin, huwag mong hangarin ang kinalabasan." Naisip niya rito, ano ang pakinabang ng pag-upo at pag-iisip lamang? Kailangan ang ilang paggalaw. Kaya, sinubukan niyang gumalaw nang kaunti, at sa pagtatangka na ito, sinasadya niyang ibagsak ang kanyang mga kalapit na laruan. Napatingin sa kanya ang robot, at nagsimulang mag ingay ang mga sasakyan, pilit siyang tinatakot. Pagkatapos ay tahimik siyang umupo, lubos na nakabuo.

Pagkatapos, nagsimula siyang mag reminisce. Naalala niya ang araw na bumisita si Shivalik sa malaking showroom na iyon, kung saan mas maaga si Bhanu na nanatili. Nang makita siya, gaano siya kasabik? Tapos nagpilit siya na bilhin ang teddy bear, ibig sabihin, ako. Umiiyak na umupo siya sa sahig ng showroom na iyon. Sa araw na iyon, unang napagtanto ni Bhanu ang kanyang kagandahan.

"At bakit naman hindi Ang mga matatalinong bata tulad ng Shivalik ay hindi basta basta nasasabik nang walang dahilan. May espesyal siguro sa akin." Sa pag iisip nito, nakaramdam ng pagmamalaki si Bhanu at sinubukang gumalaw, tinangkang mahulog sa kandungan ni Shivalik. Bago gawin iyon, may kamay na lumapit kay Bhanu para iangat ito. Marahil ay kamay ng tindera. Maya maya pa, wala na siyang makita. Marahil ay nakaimpake na siya. Minsan, natakot siya. Akala niya ay namatay na siya. Narinig niya na kapag namatay ang mga tao, ang mundo ay dumarating sa katapusan. Alam din niya na lahat ay kailangang mamatay minsan sa buhay. Sa kabila noon ay pumikit siya at nanalangin sa Diyos na hindi ito totoo. Nang imulat niya ang kanyang mga mata, natagpuan niya ang kanyang sarili sa isang bagong tahanan. Parang bagong araw para sa kanya.

"Ah, ano ba ito Ito ba ay isang bagong lugar kung saan ako nakarating " Kinukuwestiyon niya ang sarili nang makita niya si Shivalik na nakatayo sa kanyang harapan. Makalipas ang ilang panahon nalaman niya na bahay ng mga taong ito. "Dininig ng Diyos ang aking panalangin. Mananatili ako rito kasama ang mga batang ito. Tindahan lang iyon, hindi sa bahay. Medyo crowdy din iyon." Binili na siya ng nanay ni Shivalik sa tindera para kay Shivalik. Sa pag iisip nito, nagsimulang magtaka si Bhanu sa kanyang sarili.

Ang haba ng ilong ni Bhanu

"Ngayon, maraming excitement sa bahay simula madaling araw. Ano na nga ba ang nangyayari May kapaligiran ng saya sa lahat ng dako. Parang gusto kong malaman agad ang nangyayari." Nakaupo si Bhanu sa harap ng showcase ni Sara, nawala sa isang pag iisip. At ano pa kaya ang magagawa ng chubby teddy bear na yan Parang naging ugali na niya ang sobrang pag iisip.

Sa tabi tabi lang, may robot. Minsan ay naramdaman ni Bhanu na nagsimula siyang mag isip na parang robotic mind sa kumpanya ng robot na iyon. Naalala niya ang araw na dinala siya sa bahay na ito sa isang saradong kahon ni Shivalik. Noong panahong iyon, hindi siya isang malalim na nag iisip.

Kahit na hindi niya gustong mag isip ng masyadong maraming, at ganap na hindi tungkol sa mga hindi kinakailangang bagay. Mas gusto niya ang paglalaro at pag uusap.

Ngayon, ang dalawang problemang ito ay dahan dahan na pumasok sa kanyang buhay. Oo naman! maglaro kung kanino at makipag-usap...? Ang lahat ng mga laruan na ito ay medyo mayabang. Ang robot na ito, sino ang nakakaalam kung ano ang iniisip nito sa sarili nito? Ang sundalo na ito at ang mga maliliit na kotse! Lahat sila ay itinuturing ang kanilang sarili bilang tunay. Iniisip nila na parang ang robot ay gumagawa ng tunay na gawain, ang sundalo, ang tunay na laban, at ang mga kotse na tumatakbo sa mga tunay na kalsada. Minsan kapag nagsasalita sila, may mabahong amoy. Ang kanilang

mapagpakumbabang saloobin ay nagpapataas ng kayabangan. At ang kawawang Bhanu...! Napaka inosente niya si Teddy, tulad ng inosenteng manika, walang daya, walang dagdag na show off. At alam niya na siya ay hindi mas mababa kaysa sa sinuman. Kaya naman pinipilit niyang kalimutan ang bawat masamang pag uugali ng sinuman sa loob ng maikling panahon. Bakit dapat tandaan? Parang medyo boring na. Kasi, ang tanging suporta niya ay si Sara. Patuloy itong nakatingin sa kanya. Sa harap niya, isang kaibig ibig na manika ang nakaupo sa glass showcase na ito. Minsan parang natutulog siya, at minsan mukhang nakangiti siya. Minsan nalilito si Bhanu at parang namumula siya sa paulit ulit na pagtingin sa kanya.

Minsan parang nahuhulog na ang loob ni Bhanu kay Sara. Tapos iniisip niya kung mahal din ba siya ni Sara pabalik o hindi. Sulit pa ba itong isipin? It's quite a simple fact na kapag magkasama sila buong araw, tiyak na may pagmamahalan sa pagitan nila. At siguradong may baliw kung, matapos ang buong araw na may kasama, wala kang nararamdamang pagmamahal sa lalaking iyon. Napakahirap bigyan ng kahulugan ang pag ibig o ipaliwanag ang tungkol dito. Basta iniisip ang mga bagay na ito, parang walang tumpak na sagot.

Si Bhanu ngayon ay nagsimulang maghintay at manalangin, "O Sara ! Gising ka na agad. Para magkasama tayo sa paglalaro."

Nagising na rin siya. Ang magising ng late morning ay ugali na niya. Bilang siya ay isang manika; malamang pagod na pagod siya sa buong araw na pag upo. Sa kabaligtaran, si Bhanu ay lubos na isang aktibong guy. Maaaring medyo chubby siya, pero medyo gumagalaw siya at pinipilit niyang maramdaman ang mga vibrations sa paligid para malaman kung ano ang nangyayari sa malapit. Sino ang papasok sa bahay? Ano ang niluluto sa kusina? At marami pang iba. Kaninang umaga, narinig niya na napakasaya ng mga bata sa pagpasok sa paaralan. Sinamahan din ni Rashmi sa school ng kapatid kasama ang mommy niya. Ngayon ay tanghali na. Ang amoy ng masarap na pagkain ay nagtutubig sa kanyang bibig. Iniisip ni Bhanu na kung tao siya, mag eenjoy din siya ng iba't ibang putahe. Pero laruan laruan lang. Hindi nila matitikman ang masarap na pagkain. Mararamdaman lang nila. Masarap din ang pakiramdam nila kapag nakikita nila ang mga bata na nag eenjoy sa pagkain ng masasarap na ulam.

"Sara! Sara! Makinig ka sa akin!" Si Bhanu ay nagbubulung bulungan. Hindi masyadong malakas ang boses para maabot ito kahit noon ay naramdaman niya ang narinig ng babae sa boses nito. Nakatingin si Sara sa kanya at nakangiti.

"Sara! Sara! Makinig ka. Alam ba ninyo kung bakit maraming nasasabik dito sa tahanan ngayon? Tingnan mo, may masarap na pagkain na niluluto sa kusina. Gusto mo bang tikman ang mga ito ?" Sabik na sabik si Bhanu na may marinig sa kanya.

Nagreply ba si Sara? Isa rin siyang manika, isang magandang maliit na manika. Hindi siya nagsasabi ng Oo o Hindi. Dahan dahan niyang iniikot ang ulo, napatingin siya sa kabilang dako. Parang sinasabi ni Bhanu na, "Mauna ka na at kumain ka na. Hindi ako kakain."

Birthday party ni Rashmi

5 o'clock na ng gabi. Nagsimula na ang kaguluhan sa tahanan. Actually ang dami nang preparations ng Mom para sa birthday celebration ni Rashmi sa araw. Ang kaarawan ni Rashmi ay bumabagsak sa buwan ng Hunyo. Dahil mainit ang panahon ngayon, pinlano ni Inay ang party sa bukas na damuhan sa bahay. Bakit laging gagamit ng aircon kung nasa paligid natin ang bukas at natural na hangin. At gumana ang plano. Ang buong damuhan ay pinalamutian ng makukulay na ilaw, streamer, at lobo. Sa itaas, may puting liwanag ng buwan sa kalangitan. Sa kabilang banda, may mayabong na berdeng damo sa lupa. Sa paligid ng damuhan, may mga halaman na may mga bulaklak, at maging ang mga ito ay pinalamutian ng mga pandekorasyon na ilaw. Isang entablado ang nakaayos doon. Sa isang gilid ng damuhan, inayos ang mga mesa para sa hapunan. Doon din inilagay ang mga upuan para sa mga bisita at maganda ang dekorasyon ng lahat.

Halos alas sais na ng gabi. Nagsimula na ang pagdating ng mga panauhin. Sa ating kulturang Indian, may probisyon na ipagdiwang ang mga kaarawan na may pagsamba, panalangin, at mga ritwal tulad ng Havan at Yajna. Gayunpaman, para sa kaligayahan ng mga maliliit na bata, ang mga Indian ay kung minsan ay nagbabago sa anyo ng mga pagdiriwang. Sa bagay na ito, ipinapakilala nila ang pakiramdam ng pandaigdigang kapatiran sa kanilang bawat aktibidad . Napakaganda kung tatanggapin ng bawat bansa sa mundo, anuman ang kasta o relihiyon, ang lahat ng positibong aspeto ng isa't isa nang may bukas na puso at hindi kailanman nagdalawang isip na bitawan ang mga negatibong aspeto, personal man ito o hindi. Sa totoo lang, ang pagyakap sa pagbabago ay batas ng kalikasan. Kung kailan at magkano, depende iyan sa personal na paghuhusga ng isang indibidwal.

Ang mga tao sa bahay ay gumagalaw sa paligid. Pumunta si Shivalik sa bahay ng kaibigan niyang si Rahul at, isinama siya, tinawag ang lahat ng iba pang mga bata sa kapitbahayan. Lahat ng bata ay naghahanda na.

Mabilis silang sumama kina Shivalik at Rahul. Dumating na sina Pinky, Radha, at Bhawna. Present din si Golu doon.

Ang bahay ng tiyuhin ni Shivalik ay nasa parehong lungsod din sa malayo. Nakikita rin silang dumarating para dumalo sa function. Si Rashmi ay nakasuot ng magandang pink dress na may puting frill, matching shoes, medyas at cap. Siya ay naghahanap kaya maganda, tulad ng isang diwata mula sa kalangitan.

Sige, dumating na lahat ng guests. Mainit ang pagtanggap ng nanay at tatay ni Rashmi sa mga bisita. Nagsimula silang maghain ng inumin sa lahat. Noon pa lang, nag anunsyo ang anchor na narinig ng lahat. Nagtipon tipon ang mga manonood malapit sa stage. Iba't ibang laro ang dapat gawin doon. Ang ilang mga laro ay para sa mga batang bata, ang ilan para sa mas malaki at lahat. Nakakuha rin ng mga premyo ang mga nanalo. May tugtog at sayaw din. Inimbitahan ng anchor ang lahat para sa seremonya ng pagputol ng cake. Pinutol ng maliit na diwata na si Rashmi ang pinalamutian na fruit cake na may mga kandila. Nag shower ng bulaklak sina nanay, tatay, at lahat ng bisita sa birthday baby. Pumalakpak nang buong puso ang mga bata. Kaya matagumpay na natapos ang seremonya ng pagputol ng cake.

Ang lahat ng mga bisita ay pagkatapos ay cordially inimbitahan para sa hapunan. Naging masaya ang lahat. Habang nagpapabasbas sa mga kabataan, nagpaalam sila sa nanay at tatay nina Shivalik at Rashmi. Ang mga magulang ay nagpapaalam din sa lahat nang may paggalang, na nagbibigay sa kanila ng mga regalo sa pagbabalik.

Tingnan natin ang nangyayari sa loob ng silid. Hindi makasali sa live birthday celebration sa damuhan ang mga mahal nating manyakis na sina Bhanu at Sara. Gayunpaman, nasisiyahan sila sa musika at mga kanta mula sa loob. Ngayon, sabik na sabik silang naghihintay sa pagdating ng kanilang mga mahal na kapamilya na muling makakasama nila.

At ngayon, natapos na ang kanilang mga sandali ng pag asa.

Alas nueve na ng gabi. Matapos magpaalam sa mga bisita, sina Nanay at Tatay ang namamahala sa mga gawaing bahay. Nakaupo sina Shivalik at Rashmi, pinagmamasdan ang mga regalong dala ng kanilang mga kaibigan.

At Bhanu...? Ano ba ang ginagawa niya Parang kinikilig ito kay Sara, na para bang tinatanong kung anong regalo ang gusto nito sa kanya.

Ang Summer Break

Ngayon ang ikalimang araw ng Hunyo. Ito ay ipinagdiriwang bilang World Environment Day. Parang napakaganda ng umaga. Kahapon ang birthday ni Rashmi. Lahat ng kapamilya ay pagod at nakatulog ng gabi gabi. Hindi natulog si Shivalik hanggang sa napakagabi. Hanggang umaga, nagigising na siya. Hindi siya makatulog dahil sa sobrang saya. Isang magandang bagay sa mga batang bata ay ang pagkakaroon nila ng sigasig sa buhay. Masaya sila dahil lang sa kanila. Hindi nila kailangan ng isang tiyak na dahilan upang makahanap ng kaligayahan. Ang kaligayahan ay isang mahalagang bahagi ng kanilang kalikasan at kanilang personalidad. Sa katunayan, tayo, ang tinatawag na mga matatanda ay maraming matututuhan mula sa kanila; kung hindi nasaktan ang ego natin.

Pagkatapos buong mundo ay maaaring maging tulad ng isang masaya picnic spot upang mabuhay.

Alas sais ng umaga nang magising si Shivalik. Nang makita siya ni Inay, nagulat siya at nagsimulang magtanong, "Tarun ! Maaga ka bang nagising? Ano ba naman " Tarun ang palayaw ni Shivalik.

"Mummy! Lagi mong sinasabi na dapat gumising ng maaga ang lahat ng bata," inosenteng sabi ni Shivalik.

"Mummy ! Pupunta ako para maglaro sa mga kaibigan ko sa kalapit na parke kaninang umaga." Sabik na sabi nito habang nakatingin sa kanyang mommy.

"Sige, sige na. Ako ay lubos na masaya. Sino ba ang mga kaibigan mo Mag ingat at maglaro ng maayos. Pupunta rin ako doon within an hour. Mahal kong anak," sabi ni Inay, na nagpapahayag ng pagmamahal kay Shivalik.

Hinawakan ni Tarun ang kanyang cricket bat at tumakbo palabas. Pagalis niya, sinabi niya na sasamahan niya si Rahul. Pumayag na sila sa lahat ng kondisyong itinakda ni Nanay para sa paglalaro sa labas. Pagkaalis ni Tarun, naging abala si Nanay sa kanyang mga gawain sa kusina. Kailangan niyang ihanda ang almusal ni Itay at i-impake ang kanyang tanghalian para sa opisina. Samantala, naliligo si Tatay sa banyo.

At tingnan natin kung ano ang ginagawa nina Bhanu at Sara sa kanilang doll party. Nakaupo si Bhanu sa kanyang istante, tumatalon sa tuwa. Ang kanyang puso ay nagnanais na lumabas at makipaglaro kay Shivalik sa parke. Nakaupo si Sara na nakapikit. Mas gusto niyang matulog na lang.

"Hindi ko alam kung bakit tulog na tulog ang manyakis na ito Sana matanong ko siya kung wala siyang gana maglaro " Minsan ay sumilip si Bhanu kay Sara at saka inilayo ang mukha. Nilubog niya ang kanyang sarili sa kanyang mga iniisip at nagsimulang isipin na hindi siya manika kundi isang maliit na batang tulad ni Shivalik at si Sara ay isang maliit na batang babae. Pareho rin silang kasama sa grupo ng mga anak ni Shivalik sa parke, naglalaro ng bola. Nawala sa kanyang pag iisip, naramdaman niya na parang naabot niya doon at nagsimulang mag enjoy sa laro.

Napakaganda ng mundo ng imahinasyon! Dito, ang lahat ay lumilitaw na totoo sa kabila ng kawalan ng anumang katotohanan. Sa loob ng ilang sandali, ang isang tao ay umaabot sa mundong iyon at nararanasan ang panandaliang kagalakan ng buhay upang hindi sila kailanman tunay na mabuhay sa katotohanan.

Maya maya pa, nang handa na ang almusal, nag almusal na si Papa, kinuha ang kanyang lunchbox at umalis na sa opisina. Ang opisina ng ama ni Shivalik ay mga sampung kilometro ang layo mula sa bahay. Nagsimulang maghanda si Nanay sa pagpunta sa parke. Mapagmahal niyang tinawag si Rāshmi, na mahal niyang tinawag na Dolly, para gisingin siya. Mabilis na nagising si Dolly nang mabalitaan niyang papunta na sila sa park. Ikinulong ni Inay ang bahay at iniwan sina Bhanu at Sara sa kanilang munting mundo, patungo sa parke. Limang minutong lakad lang ang layo ng parke mula sa bahay. Nang makarating sila roon, nakita nila ang mga batang naglalaro ng kuligtig nang may malaking sigasig. Nagsimulang umugong si Dolly sa swing dahil hindi pa siya malaki para makipaglaro sa mga matatandang bata.

Si Bhanu ay nalulong sa kanyang sariling mundo. Hindi pa niya nakikita ang labas ng mundo sa katotohanan, ngunit nakita niya ito sa telebisyon paminsan minsan. Nagkataon na sa drawing room ng bahay ni Shivalik-Rashmi, may matalinong TV din. Kapag may nakaupong kapamilya, paminsan minsan ay binubuksan nila ang TV. Bhānu natagpuan ito lubhang kasiya-siya, at siya ay madalas na panoorin ang TV na may interes. Tapos hindi na siya naiinip. Minsan, nanonood siya ng mga tugma ng kuliglig, at sa ibang pagkakataon, nakikinig siya ng mga kanta. Labis itong ikinatuwa ni Bhanu nang sumayaw ang mga bata sa mga kanta. Noong panahong iyon, nais niyang sumama sa sayaw kasama si Sara. Minsan, swerte si Bhanu kapag nakalimutan ng iba na patayin ang TV at pumunta sa ibang kwarto. Tapos nanood siya ng TV na parang hari at nadagdagan ang kanyang kaalaman.

Anyway, may kani kaniyang tadhana sina Bhanu at Sara. Pero totoo rin na dapat maging aktibo ang mga manyakis, tulad ng tao. Kahit hindi sa buhay na ito, ang mga bunga ng mga kilos ay natatanggap sa madaling panahon o sa huli. Sa pag iisip nito, dapat patuloy na magtrabaho ang isa sa tamang direksyon.

Mga klase sa computer ng ina

Summer vacation na po. Lahat ng tao sa bahay ay napakasaya. Tuwang tuwa ang mga bata, at napakasaya rin ni Nanay. Yung doll party din namin. Tuwing umaga, si Nanay at ang mga bata ay pumupunta sa parke. Marahang itinulak ni Inay si Rashmi sa swing, at nilalaro ni Tarun ang mga bata. Medyo napapasyal din si mama sa park. May entertainment sa buong araw, kabilang ang mga indoor games tulad ng Carrom, Ludo, Snakes 'n' Ladders, Chess at computer games. Nagluluto ng healthy snacks si Nanay para sa mga bata. Sa buong araw, minsan ay nag uusap sina Bhanu at Sara, sa pamamagitan ng mga kilos. Hindi lamang iyon, natututo si Bhanu ng mga bagong trick mula sa mga bata at sa laruang robot. Minsan, inilalabas ng mga bata ang lahat ng kanilang mga laruan mula sa istante at nilalaro ang mga ito. Ang buong kapaligiran ay puno ng kagalakan.

Feeling din ni mama may bago siyang ginagawa. Iniisip niya na pagkatapos ng paggawa ng mga gawaing bahay sa buong araw, maaari siyang makisali sa ilang malikhaing gawain upang mapanatili ang kanyang pagkamalikhain. Balak niya ito sa nakalipas na ilang araw, kung minsan ay iniisip niya ang isang bagay o ang iba pa. Sa wakas, dumating siya sa isang desisyon. Nagpasiya siyang magsimula ng online teaching. Mula nang sumiklab ang ilang nakakahawang sakit, ang kalakaran ng pagpasok sa paaralan at personal na offline na matrikula ay nabawasan nang malaki. Gayunpaman, ang pangangailangan para sa edukasyon ay hindi maaaring ipagkait sa anumang oras. Samakatuwid, karamihan sa mga bata ay nagsimulang magpakita ng interes sa online na pag aaral. Hindi lamang ito nagpapanatili sa mga magulang na walang pag aalala tungkol sa kaligtasan ng kanilang mga anak kundi pati na rin ang mga guro (tutors). Si mama ay may mahusay na kaalaman sa mga computer. Marami na siyang napag-aralan tungkol dito.

Ngayon, ano ang ginagawa ni Inay Naghanap siya sa Google tungkol sa maraming mga site ng pagtuturo at pinag aralan ang mga ito. May ilang mga site na sumusuporta sa parehong mga mag aaral at guro. Si Nanay ay nagparehistro bilang tutor sa ilalim ng pangalang Prabha Gupta sa isang naturang site. Siya ang nagtakda ng kanyang iskedyul at nagpasiya kung kailan at aling mga klase ang ituturo niya sa computer skills. Para dito, inayos niya ang lahat ng mga kinakailangang bagay tulad ng kanyang table chair, laptop, Wi Fi, atbp. Inilunsad niya ang kanyang bagong proyekto sa direksyon na ito.

Ito ay lumikha ng isang napakahusay na kapaligiran sa pag aaral sa bahay. Kapag nagtuturo si Nanay, ginagawa rin ng mga bata ang kanilang homework sa paaralan. Mga subjects na mahirap at hindi mapag aaralan kung walang tulong ng isang tao, binabasa nila kasama ang mommy nila. Nagsasarili silang gumaganap ng mga simple at kagiliw giliw na gawain tulad ng pagbabasa, pagguhit at matematika. Si Shivalik ay paminsan minsan ay nahaharap sa mga problema, ngunit siya ay mapagkukunan ng kaalaman. Naghahanap siya ng solusyon sa kanyang mga problema sa Google. Hindi lang iyon, medyo nakakatulong din siya sa kapatid niyang si Rashmi. Bagamat apat na taong gulang pa lamang si Rashmi, minsan ay natutuwa siyang tumingin sa mga libro at nagsusulat pa ng ilang titik ng alpabeto. Gumuhit din siya ng ilang linya gamit ang makukulay na lapis. At kapag wala siya sa mood, iniiwan niya ang lahat at umupo. Sa sandaling matapos ang computer class ni Nanay, ang mga bata ay sumayaw ng maraming at masaya.

At ang cute na teddy bear na si Bhanu ay dating nag iisip, "Sana ang maliit na robot na ito ay maging kaibigan ko. Hayaan mo akong subukan. Tapos matututo din ako ng mga cool na bagong math tricks. Kung gayon ay hindi na ako mabubura. Tingnan mo, ang mga batang ito ay napakasaya sa paglutas ng mga problema sa matematika."

At si Sara...? "Hindi ko alam. Ano ang intensyon ni Bhanu Gusto yata niyang maging bata imbes na teddy bear." Yan ang iniisip ni Sara doll.

Si Shivalik bilang isang salamangkero

Sa tag init, sa ilalim ng azure sky,

Kung sa harap natin ay nagsisinungaling ang isang tindahan ng inumin.

Ice cream, cola, at malamig na kape kaya banal.

Pero, excuse a ubo mula sa sipon, maging mabait.

Sa gitna ng gayong masayang bakasyon sa tag init, sunod sunod ang pagdaan ng mga araw, parang tren na nagbuhat ng bilis. Tulad ng isa loses track ng kapag ang express tren dumating sa istasyon at umalis sa isang kisap mata, ito ay mahirap upang matukoy kung saan ang mga araw ng mga pista opisyal mawala. Malapit nang matapos ang buwan ng Hunyo, at nakatakdang muling buksan ang mga paaralan para sa mga bata sa Hulyo. Napagtanto ni Nanay na marami pang paghahandang gagawin. Natapos na ang pandemya, kaya posibleng hindi magbukas ang mga paaralan sa unang linggo ng Hulyo. Hayaan ang mga paaralan na magbukas nang tuwing, ngunit kailangang gumawa ng paghahanda para sa mga bata at magulang. Lahat ng gawain—uniporme, homework, proyekto, at sino pa ang nakakaalam?

"Ah, ano ba ito Lubos kong nakalimutan. Iyon ay nang makausap ko ang mommy ni Rahul sa telepono, ito ay struck sa akin. " Si mama ay nakaupo at nag iisip sa hapon. Sa paaralan ni Shivalik, taun taon sa Agosto, mayroong isang magarbong kumpetisyon sa damit para sa mga maliliit sa okasyon ng Janmashtami.

"Napagpasyahan ko nang matatag na tiyak na gagawin ko ang aking mga anak na makilahok dito. Kung gagawin ko si Rashmi na lumahok sa susunod na taon, ngunit mahalaga na gawing lumahok si Shivalik sa pagkakataong ito. Kasi next year, magbabago na ang age group niya."

"Bawat taon, ang lahat ng mga magulang ay cordially iniimbitahan sa paaralan para sa Janmashtami festival. Tuwing pupunta si Nanay para makita ang function, nabighani siya ng mga batang may iba't ibang costume. Naisip din niya na magdala ng isang hindi kapani paniwala at ganap na bagong ideya na hindi kailanman tumawid sa isip ng sinuman, at ihanda ang kanyang anak na si Shivalik para sa papel na iyon. "

"Well, maraming ideas, pero karamihan ay maraming beses nang naperform. May mga batang nagiging dyaryo, may mga puno. Ang ilan ay kumikilos bilang gulay, tulad ng pagiging okra o isang pulang kamatis, habang ang iba ay nagiging bilog at mapintog na talong. Ang ilang bata ay nagiging mga diyos pa—ang ilan ay sina Ganesha, ang ilan ay Shiva, o kahit ang maliit na Krishna. Ano kaya ang magagawa ng bata Ang mga nanay ay nakaisip ng mga ideyang ito. Pero isang bagay ang sigurado, ang pagiging diyos ang pinaka challenging. Nakaka amaze ako sa panonood lang." Nag-alala si Inay sa pag-iisip nito. Pagkatapos ay naisip niya ang Diyos at makalipas ang ilang minuto ay nakatulog. Maya maya pa, nagising na siya, at noon, gabi na. Panahon na para gumawa ng mga gawaing bahay.

Sa pag iisip sa ganitong paraan, dumating ang gabi. Naisip ni Bhanu na medyo nagagalit ang tingin ni Nanay. Hindi alam kung bakit. Nagsimula rin siyang manalangin, "Oh Diyos! Paki solve na lang po ang problema niya."

Kinaumagahan, matapos harapin ang lahat ng gawaing-bahay at almusal, naisip ni Inay, "Maghanap tayo ng magandang aklat na mababasa." Ang kanyang mga hakbang ay nagdala sa kanya sa bookshelf. Maya-maya, natagpuan niya ang solusyon sa kanyang mga kamay. Oo, nakakita siya ng libro sa istante, na pinamagatang '101 Magic Tricks.' At dito mismo, naisip niya, bakit hindi si Shivalik ang kumilos bilang isang salamangkero para sa magarbong kumpetisyon ng damit Ano ang isang hindi kapani paniwala ideya, na, ayon sa kanyang, ay ganap na bago. Habang sinimulan niyang i flip ang libro, ang kanyang buong pokus ay sa paghahanap ng ilang madaling magic tricks na maaaring matutunan ng anim na taong gulang na Shivalik at matagumpay na gumanap sa entablado.

Sabi nga nila, kung saan may kalooban, may paraan. Kapag ang isang tao ay nagsisikap nang may lubos na dedikasyon sa isang partikular na direksyon, kahit na ang banal ay sumusuporta sa kanila. Tatlong madaling magic trick ang natagpuan ni Nanay at siya mismo ang natuto nito ayon sa mga tagubilin sa aklat. Pagkatapos ay itinuro niya ang mga trick na ito sa batang si Shivalik. Nagsimulang kumuha ng interes si Shivalik, at naging tiwala si Nanay na sa loob ng ilang araw, matagumpay niyang maisasagawa ang mga magic trick na ito sa entablado. Tapos, sa tulong ng mommy ni Rahul, naghanda rin sila ng magandang damit para sa magician. Ang sumbrero, amerikana, pantalon, at sapatos ng salamangkero—isang ganap na pampaganda na katulad ng Charlie Chaplin. Handa na ang buong plano sa kanyang isipan. Tuwing nagsasanay ng magic tricks si Shivalik, tumango sina Bhanu at Sara nang may pagsang ayon. Sa wakas, dumating ang araw na muling nagbukas ang paaralan. Isang araw, nang mabuo ang magarbong dress competition, lumahok si Shivalik. Masigasig siyang nagpraktis, at nagbunga ang kanyang kasipagan. Nang ipresenta niya ang kanyang magic tricks sa stage, namangha ang mga manonood. Ang lahat ay namangha sa kung paano ang isang maliit na bata ay nagpapakita ng mga magic trick na may ganoong kasanayan. Ang kulog na palakpakan mula sa mga manonood ay nagpalakas ng sigasig ng mga bata.

Nakuha ni Shivalik ang ikalawang gantimpala sa kompetisyon. Pag uwi ni Shivalik, inilagay niya ang award sa kanyang istante malapit kay Sara. Mapagmahal na tiningnan muna nina Bhanu at Sara ang award, pagkatapos ay si Shivalik, at sa huli ay ang isa't isa, tumango bilang pagsang ayon. Lahat ng tao sa bahay ay napakasaya.

Isang matamis na nota ng plauta ni Krishna ang maririnig sa paligid.

* * *

Tungkol sa May-akda

Geeta Rastogi 'Geetanjali' ay ipinanganak noong Hulyo 26, 1968 sa India. Ang kanyang mga magulang na sina G. Harichand Gupta at Gng. Rammurti Devi ay katutubo ng distrito ng Ghaziabad (India). Bukod sa pagiging isang may-akda, siya ay isang guro sa Agham, dalubhasa sa Chemistry. Ang aklat na 'Bholu's Colorful Rainbow' ay orihinal na isinulat at inilathala sa Hindi at pagkatapos ay isinalin sa Ingles, Italyano, Pranses, Espanyol, Thai, Aleman at Filipino. Isa pang nobela sa Hindi ang inilathala niya na may pamagat na 'Kanak Kanak te sau guni'. Mahilig din siyang magsulat ng mga tula, kwento at kapaki-pakinabang na artikulo para sa mga magasin at pahayagan.

www.ingramcontent.com/pod-product-compliance
Lightning Source LLC
LaVergne TN
LVHW041534070526
838199LV00046B/1665